IBRAHIM NOOR SHARIFF

Tungo Zetu

Msingi wa Mashairi na Tungo Nyinginezo

AFRABIA PUBLISHERS

First published by The Red Sea Press, Inc 1988

Copyright © 2022 by Ibrahim Noor Shariff

All rights reserved. No part of this publication may be reproduced, stored or transmitted in any form or by any means, electronic, mechanical, photocopying, recording, scanning, or otherwise without written permission from the publisher. It is illegal to copy this book, post it to a website, or distribute it by any other means without permission.

Cover Design by Ibrahim Noor Shariff

Afrabia Publishers Limited

85 Great Portland Street

London

W1W 7LT

United Kingdom

write@AfrabiaPublishers.com

Second edition

ISBN: 9781399933650

Tumeliita shirika hili la uchapishaji "Afrabia Publishers" kama makumbusho ya marehemu Profesa Ali Mazrui, Moja katika mabingwa na mwaandishi mahiri na mashhuri wa Karne ya 20, jina la "Afrabia" alilibuni yeye na kulitumia katika baadhi ya mihadhara Yake.

Mohammed bin Abdullah Al Rahbi

Kwa wapenzi wote wa lugha ya Kiswahili na tungo zake.

Ibrahim Noor Shariff

YALIYOMO

SHUKRANI	xi
CHANZO	xv
ZINDUO	xvii
UTANGULIZI	xix
MAPITIO CHINI YA KURASA	xxvii

MLANGO WA KWANZA 1

- 1.0 Waswahili. 1
- 1.1 Wazungu wanatueleza nani Mswahili 3
- 1.2 Taarikh ya Fasihi ya Kiswahili Kubuniwa Bila ya Ushahidi. 5

MLANGO WA PILI 9

- 2.0 Mapitio ya maandishi machache yanayokhusiana na tungo zetu 9
- 2.1 Maneno Muhimu Yanayotumika Katika Arudhi 16
- 2.2 Shairi 16
- 2.3 Mshororo 16
- 2.4 Ubeti 16
- 2.5 Mizani .... .17
- 2.6 Kina .... .17
- 2.7 Kiwango 18
- 2.8 Bahari 18
- 2.9 Mkondo 18
- 2.10 Bahari na Baadhi ya Mikondo yake .... .19
- 2.11 Wimbo/Nyimbo. 20
- 2.12 Shairi 25

2.13	Zivindo	28
2.14	Utenzi/Utendi	29
2.15	Utumbuizo	29
2.16	Hamziya	32
2.17	Dura Mandhuma/Inkishafi	33
2.18	Ukawafi	34
2.19	Wajiwaji	35
2.20	Tiyani Fatiha	36
2.21	Wawe	37
2.22	Kimai	38
2.23	Sama	39
2.24	Tukimaliza juu da arudhi	40
2.25	Kaluta Amri Abedi na sharia za kutunga	41

MLANGO WA TATU   45

3.0	Utangulizi	45
3.1	Tarehe ya Arudhi kwa ufupi	46
3.2	Baadhi ya mambo mengineyo yanayotumika katika tungo	48
3.3	Kutokana na kiunzi cha lugha	49
3.4	Kutokana na sarufi tunapata vina vingi vya tayari	49
3.5	Tungo nyingi zina tafauti ndogo na lugha ya kawaida	52
3.6	"Wimbo hutoka ngomani"	54
3.7	Kutunga kwa kichwa na maandishi	64
3.8	Lugha	68
3.9	Misemo	68
3.10	Mafumbo	69

MLANGO WA NNE   75

4.0	Utangulizi	75
4.1	Utendakazi wa tenzi	80
4.2	Utendakazi wa nyimbo	88
4.3	Utungaji wa papo kwa papo	90
4.4	Nyimbo nyingi huwa na kisa chake	90
4.5	Badala ya maneno ya kawaida	91
4.6	Kuchezea fikira za wasikilizaji kwa mafumbo	94
4.7	Nyimbo za kujibizana mfano wa vitandawili	99

4.8	Kueleza jambo kimafumbo	104
4.9	Kujibizana mtu na nafsi yake	106
4.10	Katika harusi na baadhi ya magoma mengineyo	107
4.11	Mifano ya nyimbo za tarabu	110
4.12	Tukimaliza juu ya nyimbo	115
4.13	Utendakazi wa mashairi	116
4.14	Mashairi katika siasa	117
4.15	Katika kutoa machungu na kutafuta usia	134
4.16	Katika kufanyiana dhihaka na kupumbaza umma	157
4.17	Katika kuuliza masuala na kujibiwa kikamilifu	164
4.18	Ziada	166
4.19	Tukimaliza juu ya mashairi	168
4.20	Zivindo	168
4.21	Tumbuizo	169
4.21.1	Kiyakazi Sada	170
4.22	Hamziya	170
4.23	Dura Mandhuma/Inkishafi	170
4.24	Kawafi	170
4.25	Wajiwaji	170
4.26	Tiyani Fatiha	171
4.27	Wawe	171
4.28	Kimai	171
4.29	Sama	171
4.30	Tukimaliza khabari za tungo	172
4.31	Utendakazi wa mashaha na malenga	172

MSAMIATI   177

    Mlango wa kwanza 177
    Mlango wa pili 178
    Mlango wa tatu 182
    Mlango wa nne 183

MAPITIO YA YALIYOCHAPWA   193

SHUKRANI

Sanaa ya tungo – tenzi, nyimbo, mashairi, tumbuizo, wawe, kimai na kadhalika – ni fani iliyo muhimu sana kwa Waswahili. Lengo la kitabu hiki ni kujaribu kuelezea, kwa muhtasari, fani hiyo na matumizi yake. Ili kuweza kuzungumza juu ya haya, ilibidi nifanye utafiti ulioangalia namna tungo zinavyotumiwa na Waswahili katika maisha yao badala ya kutegemea tungo zilizokuwemo katika miswada, vitabu na majarida peke yake. Kufuzu katika lengo hili, ilinilazimu kuishi miongoni mwa Waswahili wenyewe ili kuangalia hayo na kuwauliza wajuzi wao masuali muhimu yanayokhusu utungaji wa tungo zao. Haya yalihitajia msaada wa fedha na ruhusa kutokana na walioniajiri ili kuifanya kazi hiyo, kwani ninakoishi leo na kufanya kazi ni masafa ya maili elfu nyingi kutoka Uswahilini. Kwa hivyo ni wajibu kushukuru sana Social Science Research Council, New York, kwa kunipa msaada wa pesa katika kiangazi 1981 ulionisaidia katika kufanya utafiti wa awali ambao ulidhihirisha kuwa hayo niliyoyachungua yalikuwa ni ya maana na yenye kuhitajia utafiti mkubwa zaidi. Nawashukuru ghaya Council for International Exchange of Scholars, Washington, kwa msaada wao wa fedha ulionisaidia sana katika kufanya utafiti zaidi kuanzia July 1983 hadi Machi 1984. Nakishukuru pia chuo kikuu cha Rutgers the State University of New Jersey kwa kunipa likizo na pia Serikali ya Kenya kwa kunirukhusu kufanya utafiti huu. Shukrani nyingi nawapa ndugu yangu Sayyidah Walyam Ghalib Al Said na swahibu yangu Muslim Aladin kwa msaada wao ulionipunguzia jukumu katika kuikamilisha kazi hii.

Isingeliwezekana kuyaandika yaliyomo humu ingelikuwa sikupokewa, kukaribi-shwa na kusaidiwa na Waswahili wenyewe katika kuandama niliyoyalenga. Katika kulenga lengo langu nilipambana na malenga wengi wa lugha, mila na tungo za Kiswahili ambao wameniilimisha mengi niliyokuwa sikuyajua. Wajuzi wengi wa tungo waliniimbia, katika kilimbo cha kunasia maneno, tungo mbalimbali na wali-nipa miswada ya tungo zao na za malenga na mashaha wa kale. Jambo la kufura-hisha ni kuwa tungo nilizozikusanya zimekuwa ni nyingi sana, na kinyume na watafiti wengine, shida yangu ilikuwa si upungufu wa mifano, bali kinyume cha hilo, hata ikawa ni shida kuamua tungo zipi za kuzitumia humu na zipi za kuziweka upande.

Walionipa tungo ni wengi na wote nawashukuru upeo wa shukurani. Lakini ni wajibu kuwashukuru kwa majina, wale ambao, katika kitabu hiki, nimetumia fikira zao na tungo walizonipa. Kwanza nawapa shukrani zangu nyingi sana mabibi Zena na nduguye marehemu Asya Mahmud Fadhil Al-Bakry na mama yao Bibi Rukiya Muhammad Al-Busaidy ambao ndio waliokuwa waalimu wangu walionisomesha mengi kukhusu mambo ya tungo hata kabla sijaanza utafiti huu. Upeo wa shukrani nampa bingwa Sheikh Ahmed Sheikh Nabhany ambaye ni mjuzi juu ya mengi yanayokhusu lugha hii na mila na desturi za Waswahili, na ni mwenye kipawa adimu cha kutunga. Nawashukuru sana sana Bwana Fahmi Mbarak Hinawy, Maalim Sayyid AbdurRahman Saggaf Alawy na Sheikh Ali Abdullah Ali El-Maawy kwa kunipa miswada ya tungo zao na zile za wengine walizozikusanya. Halikadhalika nawashukuru ghaya Bwan. Rehema wa Faruki, Fatma wa Athumani na Bwana Said wa Haji wa Pate, Sheikh Abdallah Ba-Kathir 'Kadara', Sheikh Faraj Bwana Mkuu, Bibi Khadija Muhammad Al-Rudeyn 'Mwana Mtoto' na mwanawe Zahariya Al-Nabahany, wa Lamu, kwa tungo walizozihifadhi na kuniimbia katika kilimbo na miswada waliyonipa. Namshukuru pia swahibu yangu wa miaka mingi, Sheikh Abdalla Said Kizere wa Mombasa ambaye ni mtungaji maarufu katika malenga tulionao kwa kunitunukia, bila ya choyo, nakala ya kila utungo wake niliomuomba anipe na pia Bwana Hasan Msami kwa mazungumzo yake ya hekima.

Shukrani nyingi nawapa pia Dr. Hassan Ahmed Marshad na mkewe Maalim Maryam Mahmud Fadhil Al-Bakry kwa kunifanyia kazi kubwa ya kuupitia mswada wa kitabu hiki na katika kila utungo wa Kaskazini kutia alama zenye kupambanua matamshi mbalimbali ya herufi ambazo hutamkwa tafauti katika ndimi hizo, lakini aghlabu huwa hazina tafauti katika Kiunguja na ndimi nyingine za Kusini. Namshukuru upeo wa shukrani Dr. Sharifa Muhammad Zawawi wa Chuo Kikuu cha City College of New York kwa kuupitia mswada

SHUKRANI

wa kitabu hiki na kunipu- ngutia makosa ya kiucharazi na ya kiuandishi na pia kwa nasaha zake juu ya mambo yaliyomo. Halikadhalika, nawashukuru, Mzee wetu Sheikh Ali Muhsin bin Ali Al-Barwany ambaye alinizungumzia mengi kuhusu tungo zake na za wengineo; Sheikh Yahya Ali Omar, mzee wetu na bingwa mashuhuri wa tungo za kale, na ambaye ni mwalimu kwenye Chuo Kikuu cha London, the School of Oriental and African Studies, kwa vilimbo vya tungo za wawe alivyoniazima na pia kwa kukipitia kitabu hiki na kutoa maoni yake; halikadhalika Mwendani na 'Bwansomo wangu,' Dr. Sayyid Abdulkader Shereef wa Chuo hichohicho cha London na Dr. Shaaban Mlacha wa Chuo Kikuu cha Dar es Salaam, kwa kujitolea pia kukipitia kitabu hiki na kutoa maoni yao. Vilevile, namshukuru Maalim Abdillahi Zubeir Rijal kwa kunipungutia makosa ya kiuchapishaji.

Nawashukuru swahibu zangu wote ambao katika mazungumzo yetu wameni-fungua macho juu ya mengi ambayo pengine hata wenyewe hawakujua kadiri ya faida waliyonipa. Katika hawa ni wajibu kuwataja mabingwa Dr. Said S. Samatar na Aijaz Ahmad wa Chuo Kikuu cha Rutgers na Jaffer 'Chaki' Kassamali wa Chuo Kikuu cha Hunter, New York, Dr. Alamin Mazrui wa Chuo Kikuu cha Port Harcourt Nigeria. Namshukuru sana malenga Abdilatif Abdalla, mkurugenzi mkuu wa jarida la Africa Events, na mmojawapo wa wataalamu mashuhuri wa Kiswahili, kwa msaada wake wa kuninakilia baadhi ya miswada, na pia Dr. Joseph L. Mbele wa Chuo Kikuu cha Dar es Salaam kwa masuali yake mengi, yaliyonigutua, kuhusu tungo na watungaji wa kale.

Wote hao nawashukuru upeo wa shukurani. Kwani lau si wao, basi kitabu hiki kisingelijitokeza kwa sura hii. Sifa na mbwembwe zote zile nzuri wanastahili wao kwanza kabla yangu mimi. Lakini lawama na makosa yakiwemo mahali pake ni juu ya mabega yangu peke yangu. Kwani mbali na mashauri, maoni, fikira na mahimizo mengi niliyotunukiwa na wendani hawa, mna sehemu maalumu katika kitabu hiki, hapana shaka wenyewe wataziona, ambamo niliamua kukita na kusalia sugu! Nataraji, bali naamini kwa dhati kwamba wapenzi hawa wataniwia radhi katika sehemu kama hizo; kwani si kama nimepuuza maoni yao, la, bali ni kwamba naamini kuwa bado sikupata ushahidi wa kutosha wa kubadilisha mawazo yangu.

Ni wajibu pia kumshukuru mke wangu kwa kunistahmilia nilipokuwa nikijifungia chumbani kwa muda mrefu ili kukiandika kitabu hiki. Wanangu Jamila na Alamin, ingawa walilalamika kuwa mzee wao hana nafasi ya kuwapumbaza nilipokuwa nikiifanya kazi hii, natumai siku za usoni wataelewa kuwa ukosefu wa nafasi huo haukusababishwa na mambo ya kipuuzi wala upungufu wa mapenzi juu yao. Niliokuwa sikuwataja ni wengi na wote nawataka msamaha, nina azma ya kuwataja na kuwashukuru, kwa majina, kwingine nitakapozitumia fikira zao na tungo walizonipa.

Ibrahim Noor Shariff,
1988

Namshukuru sana Bwana Mohammed bin Abdullah Al Rahbi, wa shirika la Afrabia Publishers Limited ambaye ni mchapishaji wangu wa naqala hii mpya. Baada ya mimi kukipitia kitabu na kukipangua na kukipanga upya, amefanya kazi kubwa ya kunisaidia kukipanga tena kiherufi na kurasa na kukitia mtandaoni kwa njia ya "eBooks" na pia kumwezesha mnunuzi kukiagizia kitabu chenyewe kwa wepesi na kwa upesi.

Ibrahim Noor Shariff,
2023

CHANZO

1. Kitabu cha *Tungo Zetu* kina na uketo ndani
   Hakik'a hichi ni chetu waungwana kisomeni
   Kimekusanya ya utu na mambo ya kizamani
   Wasoyuwa wambiyeni pop'ot'e kukit'apiya

2. Metuzundusha mwalimu tuwafahamu zizushi
   Kupita wakilaumu na kuufanya ubishi
   Kwa maneno yaso tamu kuisumbuwa bilashi
   Kwa kuwa ni waandishi hunena yasoneneka

3. Lakini Iburahimu aiyuwa yake kazi
   Ameyandika muhimu kueleza waziwazi
   Kwa ndiya ya kiilimu yoyot'e hamtokozi
   Kula alommaizi upesi ataelewa

4. Na yeye ni Mswahili ayayuwa maana
   Mapotofu hakubali ya wenye kutanatana
   Amesimama t'ut'uli kwa mambo kuyalingana
   Wapate soma zijana washike yao aswili

5. Kitabu hichi kizuri kimehozi mengi mambo
   Kimeonesha Khat'wari palipotiwa ya k'ombo
   Walofanya uhodari wapiga mitaimbo
   Ili wat'ot'eshe chombo khasara kwa Waswahili

6. Kongole Iburahimu kitabu kukiandika
   Kutufundisha mwalimu mengi yaliyopotoka
   Na yeo tumekihitimu misinji tutaishika
   Wazuzi tutawepuka turudi yetu aswili

7. Wakatabahu salamu wasomi nawaalika
   Mushike mutafahamu musije mukaghurika
   Mtu asiwat'uhumu na kisha akawateka
   Hallahalla kuyashika mimi wenu Nabahani

Ahmed Sheikh Nabhany

ZINDUO

Ni kweli kabisa kwamba kwa muda mrefu Kiswahili kilifanywa kinyang'anyiro. Wengi walioandika juu ya tarehe ya Kiswahili walikuwa wanahistoria wasiokijua Kiswahili wala Waswahili, au ni wanafunzi wa Kiswahili wasioijua tarehe ya Kiswahili na Waswahili. Unga ukazidi maji pale si wanahistoria wala si wanafunzi wa Kiswahili walipojitoma nao "ngomani" na kuanza kuimba nyimbo zisizo na mwanzo wala mwisho. Mengi yakapotoshwa na mengi yakapotea. Kwa muda wote huo, na pengine kwa sababu zisizofichika, Waswahili wengi waliamua kunyamaza kimya na kumeza madukuduku yao wenyewe bila ya kujitokeza na kupania kusahihisha makosa yao. Ibrahim Noor Shariff amekita kuvunja "miko" hiyo; na "mcheza kwao hutunzwa aula huangaliwa." Hivyo, pengine, ndivyo watavyosema Waswahili - yumkini pia kitavyosema Kiswahili na dafina zake lau kingelikuwa na uwezo wa kujisemea - kukipokea kitabu hiki *Tungo Zetu*. Kwa hivyo, kwa uchache, ndivyo falsafa ilionijia baada ya kukisoma kitabu hiki kwa mara ya mwanzo. Lakini wakati huohuo ilinibainikia, tena kwa uwazi zaidi, kwamba ikiwa uwongo unauma mara moja, basi "kweli lazima iume mara mia moja." Hivyo, pengine, ndivyo watavyohisi baadhi ya wale walioguswa kwenye kitabu hiki, na hivyo wakichunuze. Ila naamini tu kwamba hizo zitakuwa kelele za mlango.

Tungo Zetu ni kitabu kitachowafurahisha wengi na kuwaudhi wengi. "Wepi ni wengi?" na "ni nani hao?" ni masuala yatayoanza kujipatia jawabu wenyewe muda tu baada ya kutoka ukumbi kitabu hiki.

Na iwe iwavyo! Ila kwa yeyote yule atakaetaka kuzungumza hadharani juu ya Kiswahili, Waswahili, na hasa tungo za Kiswahili na muundo wake, hataweza tena kuyazungumza hayo, kwa marefu na mapana, iwapo atapuuza moja kwa moja *Tungo Zetu*. Ikiwa hakuna jingine litalozuka kutokana na *Tungo Zetu* isipokuwa hilo tu, basi yatatosha kumpongeza "bwansomo wangu,"

TUNGO ZETU

Profesa Shariff kwa kufanikiwa kutoa mchanga wa moto hadharani kuanzisha mijadala mirefu na ya maana kuhusu Kiswahili na hazina zake ambazo, kwa kiwango kikubwa hadi hii leo bado zingali zikiwa dafina hata kwa baadhi ya Waswahili wenyewe, sembuse wasiokuwa Waswahili; na papo, ziko sababu nyingine za kumpongeza Profesa Ibrahim Noor Shariff.

Ufafanuzi wake wa arudhi ya Kiswahili ni uchambuzi ambao bado haukupata kufanywa kwa uzito, uhakiki na uhodari mkubwa alioutumilia yeye kubainisha vilivyofichika na kuvinyoosha vilivyopindika.

Zaidi ya hayo, uhodari wake wa kutumia lugha rahisi, nyepesi na

tamu katika ufumbuzi wake uliotonewatonewa kwa mifano ya vijibeti adimu vya tungo mbalimbali za Kiswahili, ambavyo havikupata kutumiwa - pamoja na kuwataja watungaji wake unakifanya Tungo

Zetu kiwe "aula miongoni mwa wenzi."

Juzi, Shaaban Robert, Kaluta Amri Abedi na wengineo walishika kalamu kuasisi kurasa za mwanzo, kwa upande wa maadishi, kuhusu muundo wa tungo za Kiswahili na tarehe yake. Jana, Sheikh Abdallah Saleh alFarsy, D. P. Masamba, M. M. Mulokozi na wengineo wakachangia kwenye kurasa hizo. Michango yao itakumbukwa siku zote. Leo, Ibrahim Noor Shariff ajitokeza kwa mapana na marefu, si kuongeza palipopungua tu, lakini pia kunawirisha paliposawajishwa na kukosoa palipopotoshwa.

"Mcheza kwao hutunzwa aula huangaliwa."

Abdulkader Shereef

SOAS,
LONDON
1988

UTANGULIZI

Kitabu hiki kilichapishwa mara ya kwanza na shirika la The Red Sea Press, Trenton, New jersey, Marekani, mwaka wa 1988, ndani yake niliandika mambo mengi ya kitaarikh na mengine ya kisiasa maana, khasa Tanzania na Kenya, siasa zililikuwa zikitiwa katika mambo mengi sana na hata katika kuzungumzia Kiswahili, Uswahili na Waswahili kulijaa siasa, nami pia niliingia katika mkondo huo na kuelezea yale niliyoyafahamu mimi wakati huo. Katika hayo niliyoyaelezea mna maelezo ambayo mimi siwafikiyani nayo tena hivi sasa. Kwa nini? Kwa sababu nimepata maalumati mapya ambayo yanapingana na hadi kutengua yale niliyoyajua wakati huo.

Katika kukihariri kitabu hiki nilikuwa na fikra ya kuuondosha kabisa Mlango wa Kwanza unaozungumzia taarikh ya Waswahili na mengineyo ya kisiasa yanayomkhusu Mswahili, lakini baada ya kujadiliana na nafsi yangu nimeamua kuuandika upya mlango huo, tena kuelezea kwa mukhtasari kabisa, kulingana na fikra zangu za leo. Lakini nimeamua kutouchapisha Mlango wa Tano na Mlango wa Sita. Mlango wa Tano unaozungumzia vile watafiti wa kigeni wa Kizungu walivyoelezea baadhi ya mambo ambayo mengine si ya kweli. Nimeamua pia kutouchapisha Mlango wa Sita ambao unazungumzia juu ya baadhi ya watafiti wa Afrika Mashariki ambao na wao pia hawakuelezea khabari za tungo za Kiswahili sawasawa kwa ajili ya kutegemea sana hata yale waliyoyapotosha watafiti kutoka Ulaya.

Ilivyokuwa lengo kuu la kitabu hiki ni kuzungumzia tungo zetu – tenzi, nyimbo mashairi na kadhalika sitaki kitabu hiki leo kijae siasa kama cha mwanzo, basi maelezo na mahojiano mengi ya kisiasa nayaweka upande ila katika Mlango wa kwanza nitazungumzia, tena kwa Mukhtasari, baadhi ya maudhui amabayo yametuganda, khasa kama yale yanayouliza "Mswahili ni nani?" Wakati Waswahili wenyewe wanajijua vizuri na wanapokutana na Waswahili wenzao wanawatambua mara moja wakianz a tu kuongea.

Mlango wa Pili, wa Tatu na wa Nne, inayokhusiana na tarekhe na kanuni za utungaji wa tungo, takriban imebakia vilevile ila nimeihariri kidogo tu ili kusahihisha baadhi ya fikra, khasa zinazokhusu taarikh, ambazo kwa ushahidi mpya nilioupata imenibidi nijisahihishe.

Kwa wengi wanaonijua na hata wanaonifahamu tu na shauku yangu ya miaka nenda miaka rudi juu ya uchoraji na sanaa zake, huenda wakapigwa na mshangao na hivyo kujiuliza: "cha mno!" Hili ni kwa sababu, tokea kuondokea kwangu mimi sikupata kujizingatia kuwa ni mwandishi; bali ni mchoraji. Hata masomo yangu niliyoyasomea yalikuwa ni ya uchoraji si uandishi. Fani hizi mbili, kwa kiwango kikubwa si tafauti katika shauku zake na vipawa vyake tu, bali hata katika malengo yake, seuze ujuzi na uhodari wake. Na papo, katika miaka ya hivi karibuni nimejikuta, bila ya kutanabahi, au niseme bila ya kutaka, naelemea sana katika upande wa uandishi, badala ya kusalia katika jukwaa la uchoraji. Wale wanaonifahamu nitawaondolea kiwewe kwa kuwafafanulia sababu; kwani ijulikanapo sababu hutoweka ajabu.

Kama alivyo Mswahili yeyote yule, masikio yangu yalizinduliwa kwa nyimbo za Kiswahili; hivyo nimefungua masikio yangu kupenda kusikiliza tungo za Kiswahili na mapokezi ya utamaduni wake. Mapisi au tarekhe ya Waswahili, mila zake na taratibu zake si kama nilikulia nazo kila tu, bali pia nilivutiwa sana na mapokezi yake kutoka midomoni mwa wazee wetu. Lakini katika ujana wangu niligutushwa na baadhi ya maandishi yaliyoandikwa, ama na baadhi ya wanaoitwa 'wataalamu' ambao, wengi wao ni Wazungu na wageni Uswahilini, au wale 'wanaojizingatia', kwa kujua au kuto kujua, kuwa nao ni 'Wazungu' Uswahilini. Kila niliposoma maandishi ya wengi wa 'wataalamu' hawa, niliona waziwazi kuwa wengi wao ama hawakuifahamu lugha ya Kiswahili na utamaduni wake; na hivyo wanavuruga bila ya kujua, au, ikiwa wanafahamu yote hayo, basi wanajifanya kuwa hawayafahamu, na hivyo, lazima wana lao moyoni! Katika hali zote hizo mbili, kuvuruga kwa kujua au kwa kutokujua, kuna balaa kubwa sana – na hilo, pengine, ndilo lengo la 'wataalamu' hao, ikiwa si wote basi baadhi yao – si kwa Waswahili wenyewe tu, lugha yao, utamaduni wao, mila yao, fasihi na mapisi yao, bali pia, kwa wale wanaotaka kujua au kujifunza mojawapo kati ya hayo, au hata kuingiliana na Waswahili. Balaa linalotokana na kuvuruga kwa makusudi ni janga ambalo Waswahili wamekuwa wakisononeka nalo kwa muda mrefu. Ama balaa linalotokana na kuvuruga kwa kutokujua, na khasa linalofanywa na 'Wazungu' Uswahilini, ni janga ambalo lina maumivu maradufu si kwa kila anayekhusika na Kiswahili au Uswahili tu, bali pia kwa Kiswahili chenyewe na utajiri wake wote.

Nilishangaa nikapigwa na bumbuwazi nilipozidi kugundua mambo mengi ya dharura katika lugha ya Kiswahili, tungo zake na utamaduni wake, yanapotolewa siku nenda siku rudi. Nilianza kujiuliza: hivyo haya yasemwayo ni kweli au ni udanganyifu wa makusudi? Nilijaribu kujipurukushapurukusha, nikajitia huku na kule na kujiwazia hili na lile kwa matumainio kwamba yumkini yote hayo ni mzaha tu. Na iwapo si ya mzaha, basi watatokea wajuzi watakaodhihirisha yaliyopotoshwa. Lakini wapi! Kila niliposoma zaidi maadishi ya wengi wa 'wataalamu' hao, nilizidi kubainikiwa vilevile kwamba wayasemayo si mzaha, bali bezo. Nilizidi kuhamanika na kujawa na dukuduku moyoni. Kwa hivyo, nilianza kuyadadisi, kwanza kwa kutegemea fahamu yangu ndogo niliyokuwa nayo inayotokana na uzazi na malezi yangu ya Kiswahili na mila yake na, pili, kwa kufanya utafiti zaidi; kwa kujiambia kuwa yumkini hayo yanayosemwa ni ya kweli, mjinga ni mimi, na "mwanaadamu siku zote ni adui wa asiyoyajua." Kwa hivyo, nikapania na kushamiria, kwa kupiga mbizi zaidi kuutafuta ukweli. Lakini wapi! Kila nilipopekuapekua nilijikuta ninazidi kuingiwa na hamu kubwa kuliko awali kutaka kujua undani na ukweli wa mas ala mengi yanayokhusu Uswahili, mapisi yao na fasihi yao. Kila nilipojishughulisha zaidi na kufanya utafiti wangu kutokana na wanamapokezi na miswada ya tungo, kwa upande mmoja, na kusoma khabari za tungo za Kiswahili zilizoandikwa na wengi wa 'wataalamu' hawa, kwa upande wa pili, nilizidi kupambaukiwa na 'mazingaombwe' yaliyo mbele yangu. Mengi, ingawa si yote, yalikuwa mazingaombwe na 'mizungu' ambayo, kwa ukosefu wa bahati, yakionelewa na baadhi ya watu kuwa ni utaalamu mzuri wa hali ya juu. Kwa wengine, na khasa kwangu mimi na wajuzi wengi niliokutana nao na kuzungumza nao mambo hayo, 'utaalamu' huo ulikuwa wa 'uzuri' wa mkakasi.

Sinabudi kuungama pia kuwa, ingawa waandishi na wakhubiri wengi wa Kizungu, khasa wa siku za ukoloni, walieleza mengi yasiyokuwa ya kweli kukhusu Waswahili, mila, mapisi na fasihi yao, lakini wako wataalamu wengine wa Kizungu ambao walikuwa na insafu kukhusu waliyoyaandika, ingawa ni wachache. Hawa ni wale ambao walijivua na uvundifu na wakajaribu kuwaelewa Waswahili na mambo yao bila ya chuki au dhamira ovu ya kutaka kuwakandamiza na kuwazulia. Hapana shaka kwamba Bwana John W. T. Allen ni mfano mzuri wa Mzungu aliyenawiri katika kutuelezea ya ukweli kukhusu fasihi ya Waswahili. Kulikuwa pia na wachache wengine kama Bwana H. E. Lambert, au kama alivyojulikana na baadhi ya watu kama 'Sheikh' Lambert, ambaye aliifahamu lugha hii kwa kadiri ya kuweza kutunga tungo za Kiswahili. Lakini, kwa jumla, maandishi ya siku za ukoloni yanayokhusu Waswahili yalielemea upande mmoja, na idadi ya wale walioandika kwa insafu haikupindukia idadi ya vidole vya kiganja kimoja. Wengi wa 'wataalamu' waliokuwa wakivuruga, si wa enzi ya kikoloni tu, bali walikuwepo hata baada ya ukoloni; kwa ukosefu wa bahati, bado wako wengine ambao wangali wanavuruga.

Yumkini kuwa baadhi ya wataalamu hawa walikariri kikasuku yaliyosemwa na waliowatangulia. Yumkini pia kuwa baadhi yao waliyasema waliyoyapanga kwa kuyapima, kabla ya kuyasema, wakiwa na lengo maalumu. Lakini sisi wanaadamu hupatilizana kwa maneno na vitendo na si kwa nia za vifuani na nyoyoni. Kuna usemi wa Kiswahili: Bora ujikwae dole kuliko kujikwaa ulimi. Ni uchungu huo, basi, na ghera hiyo, kwa upande mmoja, na machagizo na maombi ya wanafunzi, wendani, ndugu, na jamaa kwa upande wa pili, ndiyo yaliyonisukuma na kuniburuta hadi kwenye uandishi wa Kiswahili. Kitabu hiki ni sehemu ya kuridhisha ghera hiyo na kuitika mwito huo, ingawa mimi, katika fani ya uandishi, bado ni mwanagenzi; nenda tata nikishikia.

Lengo la kitabu hiki si kujaribu kurakibisha yote waliyozuliwa Waswahili, wala si kufuta tope zilizorushwa kwenye fasihi ya Kiswahili, bali hata si kujaribu kuwasemea Waswahili; kwani yote hayo hayawezekani kufanywa na mtu mmoja tu, seuze tena mtu wenyewe awe wa fani nyingine kabisa – ya uchoraji – Naamini kwamba ni shida, ikiwa si muhali, kuweza kusemwa yote hayo, hata iwe kwa ufupi vipi, katika kitabu kimoja. Lengo la kijitabu hiki ni kujaribu, tena kwa muhtasari kabisa, kueleza baadhi ya mambo tu ambayo yanakhusu tungo za Kiswahili; kwa kuamini kwamba (a) maelezo hayo ama yatachochea ghera za waandishi wa Kiswahili washike kalamu nao watoke uwanjani, ama wanikosoe nilipokosea na kuongeza nilipofupisha, au kufupisha nilipoongeza; (b) au waandame ncha nyingine miongoni mwa ncha mbalimbali zilizovurugwa kwa miaka na mikaka na wale wataalamu kukhusu Kiswahili na Uswahili; (c) au wale wataalamu wenye insafu wajitokeze na kuandika kwa uadilifu na haki, pasi kuvuruga, ikiwa kwa makusudi au si kwa makusudi; na (d) wale waliokwisha kuvuruga na bado wangali wahai, basi wajitokeze na kuungama, ama kwa kusahihisha makosa yao au, angalau, kwa kukiri tu kwamba ni kweli walikosa na kuvuruga, ama sivyo, basi wanisute uwanjani; chambelecho Kiswahili cha siku hizi: 'kadamunnasi'. Halikadhalika, (e) naamini kwamba ufafanuzi mfupi huu utachangamsha majadiliano zaidi, ikiwa si katika fani zote zilizosalia katika Kiswahili na mila yake, basi kwa uchache, katika fani hiihii ya tungo. Lolote litakalopatikana, kati ya malengo hayo matano makuu, kutokana na ufafanuzi huu mfupi, basi nitatosheka kabisa kuwa lengo khalisi la kitabu hiki limepatikana.

Sinadi, seuze kudai kuwa ninayoyasema katika kitabu hiki ndiyo kauli ya mwisho. La hasha! Ila naamini kwamba yatasaidia kusahihisha sura mbovu iliyochorwa na baadhi ya watu kukhusu Kiswahili, tungo zake na utamaduni wake. Halikadhalika, sijinapi kefu kujinata kwamba kila nililolisema humu, ikiwa ni neno, kifungu cha maneno, fikira au nadharia, ni kitu kisichokuwa na makosa hata chembe. La hasha! Kama wanavyosema Waswahili "ukamilifu ni wa Mwenye enzi Mungu." Ila naamini kwamba nimejaribu kama niwezavyo kuchukua hadhari, kwa mujibu wa upungufu wangu, ambao ndio ukamilifu wa uanaadamu wangu, kusema lile ninaloliamini kuwa ndilo kweli na la haki. Kilicho muhimu kabisa ni kusema kinagaubaga kwamba hakuna hata moja nililolisema ambalo linatokana na chuki, dhamira mbaya au lengo ovu. Malengo yangu ndiyo hayohayo niliyoyafafanua dhahiri shahiri hapo juu. Yadhihiripo makosa, basi hapatakuwepo mwenye furaha kubwa na mwingi wa shukurani, kwa kupokea masahihisho yake kunishinda mimi mwenyewe.

Ilikuwa azma yangu basi kuyaoga maji moja kwa moja baada ya kuyavulia nguo. Lakini ilivyokuwa ni kawaida kueleza maumbile ya Waswahili na tarekhe yao katika vitabu vya fasihi, basi nami sitavunja miko. Ila sina budi kuyasema hayo, kwa ufupisho kabisa, nikiwa na azma kubwa ya kuyasema kwa urefu na upana kwenye kitabu kamili na mahasusi siku za usoni panapo majaaliwa. Kwa hivyo katika Mlango wa Kwanza nitazungumza juu ya hayo, ingawa kwa ufupi. Lakini, yangu ni kinyume na hayo tuliyoelezwa na wageni wengi na kumwachilia mwenye akili aamue mwenyewe ya nani ni ya kweli na yepi ni ya uzushi.

Katika milango miwili inayofuata tutazungumza Khabari za tungo peke yake. Mlango wa Pili utashughulika na mapitio ya maandishi muhimu yanayokhusu utungaji wa tungo, maneno yanayotumika katika fani hiyo, bahari mbalimbali za tungo na maumbile yake na kadhalika. Mwishowe, katika mlango huo, tutazungumzia makosa yaliyomo katika maelezo ya Kaluta Amri Abedi kukhusu 'sheria za kutunga.' Katika Mlango wa Tatu tutaelezea tarekhe ya arudhi kwa muhtasari na mengineyo muhimu yanayotumika katika tungo, kama vile sauti zinazopatikana kwa wingi katika lugha hii za vina na hadi matumizi ya misemo na mafumbo. Mlango wa Nne utaelezea, kwa kutumia mifano tu, utendakazi wa tungo. Mwisho, kuna Msamiati wa maneno ambayo huenda yakawa ni magumu khasa kwa wasemaji wa Kiswahili walioko sehemu za Kusini ya Afrika ya Mashariki. Orodha ya msamiati huu sikutaka kuifanya kubwa zaidi kwa sababu kitabu hiki sikuwakusudia wakisome wale waliokuwa hawana msingi juu ya tungo za Kiswahili. Kwa mwenye kuelewa Kiswahili, mila ya Waswahili na taratibu za tungo zao kwa kadiri fulani, basi hahitajii msamiati mkubwa sana ili aelewe yanenwayo.

Katika kuzinakili tungo zilizomo humu, hapakuwa na budi ila kuziandika vile watungaji wenyewe wanavyoziimba, kuzisoma au kuziandika, kwani kubadilisha kwa mfano sauti za milingano ya ya na kuziandika a badala yake ni kuzipotoa na kuzifuja sauti hizo. Vilevile ni makosa sana kupotoa matamshi ya lahja au ulimi wa mtungaji. Ndimi za Kaskazini ya Uswahilini zina matamshi mengi zaidi ukilinganisha na lugha ya 'Kisanifu.' Kwa mfano, lahja ya Kiamu ina matamshi mane tafauti ya herufi ya t, mawilimawili ya herufi za k, p na d.

1a. D ya kwanza ni ya *sinye* (alveolar); hii ni ya dasturi na inaandikwa bila ya alama yoyote zaidi, nayo inapatikana katika maneno kama: dau, ndege, ndizi, ndoo (ya maji) na nundu.

1b. D ya pili ni ya *sini* au ya meno (dentel), nayo inaandikwa: *d*. Baadhi ya maneno yenye herufi hii ni: *d*ua, *d*eni, *d*ebe, *d*irisha, n*d*ovu na n*d*oo (njoo).

2a. K ya kawaida inaandikwa pia bila ya ziada yoyote, nayo imo katika maneno kama: kanyaga, kalamu, kibao, mke, mkeka na kera.

2b. K ya pili ni ya mtupo ambayo inaandikwa k' na herufi hii husikika katika maneno kama haya: k'aa (wa pwani), k'elele, mk'uki, k'omba na k'uku.

3a. P ya kawaida utaisikia katika maneno yafuatayo kwa mfano: pasua, pesa, pili, popote na puliza.

3b. P ya pili ni ya mtupo ambayo inaandikwa p' nayo imo katika maneno kama yafuatayo: p'anga (silaha), p'ete, p'epo, p'ini, p'opo, p'umu.

4a. Kama tulivyotaja, t ziko nne; ya kwanza ni ya dasturi au ya sinye, nayo utaisikia katika maneno kama: tambaa (kwenda polepole), teleza, tizama, mtoto na tunda (zao la mti).

4b. T ya pili ni ya sini ambayo huandikwa *t*, nayo utaisikia katika maneno kama: *t*ambaa (nguo iliyochakaa), *t*eza (cheza), *t*oma (choma) na *t*umbaku.

4c. T ya tatu ni ya sini na mtupo, nayo huandikwa *t*' na utaisikia katika, kwa mfano, maneno yafuatayo: *T*'anga, *t*'ete, *t*'enga (chenga), *t*'ini (chini), *t*'ongo (chongo) na *t*'unu.

4d. T ya nne huandikwa t' nayo ni ya sinye na mtupo. Katika maneno yenye matamshi haya ni: t'ezi, t'angalizi, t'onge na t'unda (ushanga).

Tafauti hizi zilizomo katika ndimi za Kaskazini ni muhimu sana katika kufafanua maana zilizokusudiwa za maneno. Katika tungo pia ni muhimu sana kutafautisha matamshi hayo ili kuelewa mtungaji amekusudia nini khasa penye maneno yaliyoshabihiana. Tuzungumzao Kisanifu mara nyingi huwa hatujui maana ya maneno kama kaa, paa, tambaa, pamba na kadhalika mpaka tusikie mtongoo mzima wa maneno; lakini kwa wasemao lahja za Kaskazini, mara nyingi, hawahitajii haya, kwani vile wanavyoyatamka maneno hutafautisha baina ya maana za maneno hayo yaliyoelekeana. Katika tungo zilizomo humu tumejaribu kutafautisha matamshi haya tuliyoyazungumza.

TUNGO ZETU

Natumai haya yatamrahisishia asiyeelewa tafauti hizo kuzifahamu na kutamka maneno yatakiwavyo. Natumai pia kuwa haya yatamsaidia msomaji katika kuelewa zaidi maana yaliyokusudiwa ya maneno mengi yenye tafauti tulizozitaja yaliyotumiwa katika tungo.

    Ibrahim Noor Shariff

MAPITIO CHINI YA KURASA

Katika kuandika mapitio haya nimefuata mpango ufuatao iwapo kilichotajwa kinatokana na mapokezi, mswada au kilimbo: Kwanza nimetaja jina la mtungaji wa hayo tuliyeyanakili iwapo mtungaji anajulikana. Ikisha nimemtaja yalipochapishwa au aliyenipa utungo au tungo hizo au khabari fulani; baadaye nimeandika neno "maandishi" iwapo nimepewa mswada au nimeandika neno "kilimbo" iwapi nimepewa 'tepu'.

Iwapo kilichotajwa kinatokana na mapokezi tu, basi sikuandika kitu. Baadaye nimetaja mahali nilipopokea khabari au utungo au tungo hizo na mwishowe tarekhe niliyopewa jambo hilo. Iwapo limetajwa jina moja tu basi mtungaji hajulikani au nimeambiwa nisimtaje, na jina lililotajwa ni la huyo aliyenipa tu utungo huo. Ukiona jina hilohilo limetajwa mara mbili, basi aliyetunga na aliyenipa utungo ni mtu huyohuyo mmoja. Utaona pia mara kwa mara nimetumia neno "baadaye" na kufuatiwa na jina moja; "baadaye" ina maana ya kuwa mtu huyo tutamtaja baadaye kwa jina hilo moja tu tulilolitaja badala ya kila mara kuandika kwa ukamilifu majina yake yote.

MLANGO WA KWANZA

1.0 Waswahili

Mwambao wa Afrika Mashariki na visiwa vyake kutoka Somalia, hadi Ngazija pamoja na wakaazi wake walijulikana tokea zama za zama na wenyeji wengineo walioishi sehemu za Mashariki ya Afrika. Lakini, wenyeji wa Mwambao huo wa juzi si wenyeji walioko leo. Mwambao huo ulikuwa ni mzuri kimaisha na uliwavutia watu wa asili mbalimbali wanaoishi karibu na mwambao huo kama Wahabeshi, Waaritria, Wasomali na wengineo ambao wamo katika kundi la lugha linaloitwa "Afro-Asiatic" na uliwavutia pia watu kutoka nchi zilioko Bahari ya Hindi. Katika watu waliofika zamani sana kwa idadi kubwa na kuishi katika mwambao huo ni Waarabu kutoka Yemen. Inasemekana kuwa Mfalme wa zamani aliyetawala Yemen na Habah (Ethiopia) mpaka Afrika Mashariki ni Malkia Balqis (Queen of Sheba) ambaye aliishi wakati wa Nabii Suleiman bin Daud, alayhima ssalam, kama miaka elfu tatu u-khamsumiya iliyopita.

Wayemen waliohamia mwambao wa Afrika Mashariki tokea zama za zama walijulikana na walijiita "Ahl Sawahil" na "Sawahiliyun" na walikuwa wakisema Kiarabu. Wenyeji wa leo wa upwa huo wanajulikana kama "Waswahili." Hili limetokea baada ya kuwaswili Wabantu ambao asili yao ni Afrika Magharibi na walifika mwambao katika karne za karibuni tukiiangalia asili na tarekhe ya watu wa Pwani ya Afrika Mashariki kwa jumla. Leo kuna Waswahili wengi waliochanganya sana nasaba baina ya Waarabu na Wabantu pamoja na wenyeji wengineo kutoka nchi zilioko Afrika na za Bahari ya Hindi. Kwa hivyo, maneno yasemayo:

"Waarabu, wachache, wageni, wafanya biashara, wapita njia, wametuazima maneno machache ambayo tunayatumia katika Kiswahili" si maneno yaliyojaa siasa tu, bali pia si maneno yenye ukweli na ni kalimati zilizojaa ubaguzi. Ni maneno yaliyokusudia kuwafanya Waswahili wenye asili za Kiarabu kuwa ni wageni kwao pwani ya Afrika Mashashiki juu ya kuwa waliwasili katika upwa huo zamani sana, na kuwafanya Wabantu waliofika pwani hiyo katika karne za karibuni ndio wenyeji wa aswili. Kwa wale wasiotaka kuelewa ninachokipinga, hebu tuyageuze maneno hayo na kusema yafuatayo tuone kama hawatayapinga kwa upesi sana:

"Wabantu, wachache, wageni, wapita njia kutoka Afrika Magharibi, wametuazima sehemu ya nahau ya lugha zao ambayo tunaitumia katika Kiswahili."

Bila ya shaka yoyote, wengi wetu tutayapinga maneno haya ya kibaguzi na tutayaona hayana ukweli wala mantiki; na wale wenye kurejelea kikasuku kuwa Kiswahili ni lugha ya Kibantu mia fi 'lmia nao nawaona wanaelezea yasiyokuwa ya kweli wala mantiki na wanachenza ngoma wasiyoelewa khatari zake.

Mzizi wa jina lao la "Waswahili" umebakia uleule, yaani "Sawahl", neno la asili ya Kiarabu lenye maana ya "miambao", lakini wao wenyewe wamepambana na mabadiliko, na lugha yao pia imebadilika kwa kuingiliana na watu wa asili mbalimbali. Kiswahili hiki tunachokijua si lugha iliyokuwa ikisemwa pwani ya Afrika Mashariki kabla ya kuwaswili Wabantu katika mwambao huo. Nimeshaeleza nani walikuwako pwani ya Afrika Mashariki kabla ya nani baina ya Waarabu na Wabantu wala sitaki, katika kitabu hiki, kuelezea kwa urefu sana maudhui haya, kwani nikifanya hivyo nitaingia katika somo la tarekhe na siasa na itatutoa katika maudhui ya kitabu hiki ambayo si siasa wala tarekhe, bali ni kuzungumzia khabari za tungo za Waswahili wa sasa tokea kuwaswili Wabantu.

1.1 Wazungu wanatueleza nani Mswahili

Mtu yoyote mwenye macho na "mwenye macho haambiwi 'tizama'", ni mara moja kugundua kuwa Waswahili ni watu wenye asili mbalimbali. Walipofika Wazungu ambao walikuja na fikra zao za nani ni "Mwafrika" walistaajabishwa sana kuwaona Waswahili si watu wenye asili moja wala rangi moja na wengi wao wamechanganya nasaba. Hili liliwababaisha sana Wazungu hao, khasa Waingereza na Wajarumani na jamaa zao ambao wanajiangalia wenyewe na watu wanaokutana nao kwa mujibu wa mtazamo wa sharia za mila zao ambazo humwangalia watu kwa mujibu wa rangi zao na aina ya nywele zao. Walipowaona Waswahili ni watu wenye tafauti ya rangi baina yao, wengine weusi, wengine maji ya kunde, wengine weupe, Wazungu hao walibabaishwa sana wakawa hawaelewi vipi watu wenye rangi za ngozi na malmasi za nwele zilizokuwa tafauti, wote watakuwa ni Waswahili! Lakini Waswahili wenyewe hawakuwa na shida yoyote ya kujitambua kuwa ni Waswahili. Ubabaifu huo wa Wazungu ulitokana na Wazungu wenyewe na wakaanza kutu-elezea fikra zao kukhusu "Nani Mswahili" lakini kila walivyotuelezea walizidi kujipoteza, kwani walituhadithia fikra zao zinazotokana na vipi wao wanajiangalia wenyewe walivyo, na vipi wanawaangalia watu wengine.

La ajabu kwao ni kuwa Waswahili wenyewe hawana shida yoyote ya kutambuana. Lakini kutambuana kwao, tafauti na mtizamo wa Wazungu wengi, hauangalii sura na rangi ya mtu, bali huangalia lugha anayoisema na anavyoisema na mila yake. Kwa ukosefu wa bahati, wenzetu wengi wa Afrika Mashariki walitekwa kimawazo na fikra za Kizungu na wao pia wakaanza kuuliza "Mswahili ni nani?" na kuanza kuwatilia shaka Waswahili kuwa labda si watu kamili kama wao, na kuwa Waswahili hawana lao lenye mashiko; Waafrika hawa hawakutambua kuwa suala hili si suala lao, bali ni la kupandikizwa na Wazungu Wakoloni. Inakuwa kuwaje watu wenye tarekhe, lugha, mila, ardhi maalumu ya Pwaniya Afrika Mashariki na mambo mengi mengineyo yanayowafanya wawe kitu kimoja atoke kiumbe nje aseme siwatambui! Huwatambui kama mwewe ni nani? Kwa niaba ya nani? Aliyekutuma na aliyekuchagua wewe nani uwasemee Waswahili? Au nawe umekuwa mwakilishi wa Wazungu?

La ajabu pia ni kuwa kila siku zikiendelea na watu wa Afrika Mashariki (na duniani kote) wanazidi kuoana kutokana na makabila mbalimbali, utafika wakati watu wengi watakuwa kama Waswahili vile walivyochanganya nasaba. Kumbe ile "dhambi" ya kuchanganya nasaba waliyonyooshewa vidole vya lawama Waswahili kwa muda mrefu imeshaanza kuwasibu jirani zetu pia! Kumbe Waswahili walifanya jambo hili la kuchanganya nasaba karne nyingi nyuma kabla ya wengi wengineo; jambo ambalo katika miaka mia chache ijayo litakuwa ni la kawaida kwa wengi wengineo pia. Kwa hivyo na kwa uwazi kabisa Waswahili wanalaumiwa kwa sababu, kivitendo, wako mbele ya wenyeji wengineo wanaoishi Afrika Mashariki katika mas-ala ya kuchanganya nasaba!

Kukhusu mas-ala ya watu kuchanganya nasaba, ni muhimu kuuliza masuala hapa: Binadamu ambao hawapingi kuoana na binadamu wenzao huwa wanafanya dhambi gani? Kwani jambo linalokemewa na wenye kupenda haki na usawa si mambo ya ubaguzi? Sasa kuwa miongoni mwa Waswahili kuna wengi waliochanganya nasaba ni jambo ovu au zuri?

1.2 Taarikh ya Fasihi ya Kiswahili Kubuniwa Bila ya Ushahidi

Naamini wengi wetu tunajua kuwa katika Afrika Mashariki hakuna watu wenye lugha kubwa zaidi na yenye kupendwa duniani kama Kiswahili. Halikadhalika, hakuna watu Afrika Mashariki wenye fasihi pana na kubwa zaidi ya Waswahili. Kitabu hiki kinakhusu sehemu moja tu ya fasihi hiyo, nayo ni juu ya tungo za Kiswahili.

Ilivyokuwa Kiswahili hiki kimeanza kuundwa baada ya kuwasili Wabantu pwani ya Afrika Mashariki, na mpaka sasa sijapata ushahidi wowote usiopingika unaoonesha kuwa Wabantu walifika pwani ya Afrika Mahariki kabla ya Karne ya 16, basi haiwezi kuwa kulikuwa na lugha wala tungo za lugha ya Kiswahili kabla ya hapo. Kwa hivyo tuliokuwa tukidhani, kwa mfano, kuwa mshairi wa zamani kama Fumo Liyongo Al-Baury aliishi miaka elfu au zaidi nyuma tulikuwa tukirejelea kikasuku waliyoyasema au kuyaandika wengineo au tukitunga wenyewe fikra zisizokuwa na ushahidi wowote wa kitaarikh wala wa kimantiki.

Iwapo Fumo Liyongo, ambaye tunaambiwa ndiye mtungaji wa zamani sana, aliishi Karne ya Kumi au kabla ya hapo basi itakuwa hakuwa Mswahili aliyesema lugha hii kwani lugha hii haikuwako kabla ya kuwaswili Wabantu pwani ya Afrika Mashariki; alikuwa ni Mwarabu aliyesema Kiarabu, na tungo za Kiswahili zinazoambiwa ni zake zitakuwa zimetungwa na Watungaji wa baadaye, na hili si jambo geni kwa wataalamu wa fasihi. Mambo haya ya kutungwa nganu au tungo na mwandishi anayejifanya ni mtungaji wa zamani yanapatikana katika fasihi za watu mbalimbali duniani.

Katika mongo wa 1970 na wa 1980 niliamini sana kuwa lugha ya Kiswahili ni lugha ya Kibantu mia fi'l mia, na Waswahili wa asili walikuwa ni Wabantu. Nimewahi pia kuandika idadi ya makala katika miongo hiyo kuelezea fikra zangu kukhusu mada hii; lakini leo mimi mwenyewe nazipinga baadhi ya fikra zangu baada ya kusoma zaidi na kupata ushahidi unaopingana na niliyokuwa nikiyaamini wakati huo.

Bila ya shaka baadhi ya wasomaji waliowahi kusoma maandishi yangu ya miongo ya 1970 na 1980 watastaajabu sana kunisoma leo ninapoandika haya, vile fikra zangu zilivyobadilika, na haya yametokana na kusoma maalumati mapya kwangu yanayoelezea sehemu za Afrika Magharibi za asili za Wabantu na nyakati za kuondoka kwao na safari yao ndefu hadi kuwasili Afrika Mashariki na baadaye pwani ya Afrika Mashariki. Fikra zangu za leo zimetokana pia na tafiti zangu mwenyewe na pia kuyafungua macho yangu zaidi na kuangalia kwa ubongo unaotaka kuujua ukweli; kwa mfano, kuangalia kwa kina magofu ya zamani tuliyonayo kwingi pwani ya Afrika Mashariki na kujiuliza "Magofu haya ni ya watu gani? Ni ya Wabantu au ya Waarabu?"

Kuna wale wanaoshikilia sana kuwa Wabantu ndio wenyeji wa zamani kabisa pwani ya Afrika Mashariki hata kabla ya kuhamia Waarabu upwa huo; ukiwaambia wakutolee ushahidi alau wa magofu yao ya miaka elfu tu nyuma, hawana, wanakujibu kuwa Wabantu walikuwa wakijenga kwa udongo na fito na vijiwe na hakuna mabaki yao. Kwanza, hata nyumba kama hizi huacha athari zake. Pili, Wabantu walikuwa wanaunda zana za chuma tokea miaka elfu nne nyuma, ziko wapi athari zao hizo pwani ya Afrika Mashariki? Yaani tunaambiwa tukubali "ushahidi" usiokuwako!

Nakuombeni kila mmoja wenu afanye utafiti wake bila ya jazba za kigozi zenye kuvutia upande wowote kukhusu kuwaswili Wabantu na Waarabu pwani ya Afrika Mashariki, na nakupeni usia mmoja: Mtu yoyote aliyekuwa anapata maalumati mapya yenye ushahidi mzito yanayopingana na fikra zake, naye ameganda palepale hataki kuzigeuza fikra zake, basi huyo si msomi wa kweli wala si mkweli wa nafsi yake.

Mimi na wengi wengineo tuliokuwa tukikariri kuwa Kiswahili ni lugha ya Kibantu mia fi'lmia, tulikuwa hatukuangalia vizuri maumbile ya lugha hii, jinsi lugha za aina mbili, za Kibantu na lahja za Kiarabu, zilivyooana. Bila ya lugha za Kibantu na Kiarabu hatuna Kiswahili. Tabaan, maneno machache ya lugha nyinginezo kama ya Kihindi, Kifursi, Kiportugizi hadi ya Kiingereza yamo katika lugha hii, lakini ya Kibantu na ya Kiarabu ndiyo mengi zaidi, na baada ya kufanya utafiti wa wastani, naamini kuwa maneno yenye asili ya Kiarabu ndiyo yaliyo mengi zaidi. Hatuwezi kusema wala kuandika mitongo michache tu bila ya kutumia maneno yenye asili ya Kiarabu. Katika upande wa nahau, Kiswahili kimeelelemea upande wa lugha za Kibantu, na msamiati wa Kiswahili umeelemea upande wa Kiarabu. Hata utamu wa vina na mizani na mipangilio mingi ya tungo za Kiswahili ina asili ya lugha na tungo za Kiarabu.

Hili si jambo baya hata kidogo, kwani kama inavyotupa fursa ya kuwaambia ndugu zetu walioko Afrika Kusini na Magharibi kuwa lugha hii ni yao pia kwa kuwatolea mifano ya maneno yanayotokana na lugha za Kibantu, vivyohivyo tunaweza kuwaambia ndugu zetu walioko Afrika Kaskazini wenye kusema Kiarabu kuwa lugha hii ni yao pia kwa kuwatolea mifano ya maneno yenye asili ya Kiarabu ambayo yamo mengi sana katika lugha ya Kiswahili. Kwa kusema ukweli huu ndipo tutakapoweza kuwashajiisha Waafrika wote waisomeshe lugha hii katika madrasa yao ili siku za mbele Kiswahili kiweze kutumika kama lugha ya kuwaswiliyana Afrika nzima. Hatuwezi kufikia lengo hilo kwa kufuata siasa za kibaguzi. Waswahili wenyewewe na lugha yao wametuachia mfano mzuri sana wa maingiliano mema ya watu mbalimbali; ni buswara kufuatwa na Waafrika wote ili tuwe na lugha moja yenye kutuunganisha sote.

MLANGO WA KWANZA

MLANGO WA PILI

MIPANGO YA TUNGO

2.0 Mapitio ya maandishi machache yanayokhusiana na tungo zetu

Marehemu Shaaban Robert ametueleza katika khutuba yake juu ya tungo yakuwa "Ushairi [tungo] ni sanaa ya vina, inayopambanuliwa kama nyimbo, mashairi, na tenzi. Zaidi ya kuwa sanaa ya vina, ushairi una ufasaha wa maneno machache au muhtasari. . ."[1] Inaonesha wazi kuwa marehemu Shaabani alielewa umuhimu wa vina na mizani katika tungo za Waswahili, na hapana shaka alielewa mengi juu ya mbinu za kutunga, kwa mfano, utumiaji wa misemo, mafumbo, mifano na kadhalika, ingawa hakuzieleza katika khutuba yake. Ingawa Shaabani mwenyewe alikuwa akitunga na mara kwa mara alitumia mipango ya tungo isiyokuwa ya kawaida kwa Waswahili wa Kusini, lakini yamkini pia – kwa ushahidi unaotokana na maelezo yake juu ya tungo – kuwa Shaabani hakuwa akielewa mengi sana juu ya arudhi au sharia za tungo za Kiswahili hata katika mipango hiyo ya mizani na vina "inayopambanuliwa kama nyimbo, mashairi na tenzi." Kwa mfano, inamkini kuwa hakuwa akijua mifano mingi ya bahari za tungo za Kiswahili wala mikondo mingi iliyomo katika kila bahari, wala tafauti nyingi za mizani zinazotumika katika mikondo mbalimbali. Katika vitongoji vya Waswahili vilioko sehemu za Kusini ya Uswahilini, utungaji wa tungo si jambo la kikawaida sana, na fani ya tungo haitumiwi katika mazingira mengi ya kila siku katika maisha ya watu kama ilivyokuwa dasturi ya wakaazi wa vitongoji vya Kaskazini. Shaaban Robert,

---

1 Robert, Shaaban, "Hotuba juu ya Ushairi," Harries Lyndon, Swahili Poetry. Oxford, London, 1962, uk. 172.

kama wengi wetu tuliozaliwa na kuishi katika vitongoji vya Kusini, hakupata fursa ya kusikia mifano mingi, na kwa hivyo hakujua mengi juu ya mbinu za kutunga kama wakaazi wa sehemu za Kaskazini.

Hapana shaka kuwa Shaaban Robert alielewa umuhimu wa mizani na vina katika lugha na mila ambayo mambo hayo ni muhimu katika tungo zake. Alihisi na kuelewa vilevile mambo mengineyo yanayokhusu tungo za Kiswahili, lakini hakuwa na wanafunzi au wenziwe wa rika lake ambao walihojiana naye na kumtoa jasho la fikira na mawazo kama tuonavyo leo katika Shule Kuu za Dar es Salaam na Nairobi. Vilevile baina ya waalimu, wanafunzi, watungaji na wenye shauku ya tungo waliokuwa si wana Shule Kuu hizo; na kama tulivyoeleza, hakupata fursa na faida ya kuyajua mengi waliyokuwa wakiyajua wenziwe khasa walioishi kaskazini naye. Kwa hivyo, licha kuwa marehemu Shaabani hakuishi katika wakati ambao haukumpa fursa ya kujadiliana na wenziwe juu ya mbinu za kutunga za lugha nyinginezo, bali hata hakufaidika sana katika kujadiliana juu ya mbinu za kutunga za Waswahili wenyewe. Mengi aliyokuwa akiyawaza na kuyasema Shaabani, hakuwa akisikiwa na watungaji na wenye shauku ya tungo walioko mbali naye; naye hakufaidika kwa fikira za watu hao.

Maneno yake marehemu Shaabani ya khutuba yake tunayoizungumza, kama tungo nyingi za Kiswahili zilivyo, ni fikira zilizoelezwa kwa muhtasari na kwa kibilmathali tu, na tusipoelewa hili kwa kujaribu kuyachambua maneno hayo kama kwamba ni maneno makavu ya kimahkamani, hapana shaka, itakuwa hatukumwelewa Marehemu, wala lugha yake, wala wakati wake aliokuwa akiishi nao. Hebu tuangalie vizuri, kwa mfano, maneno anayoyasema katika kifungu cha nne cha khutuba yake na kisha tujiulize iwapo maneno hayo ni ya lugha kavu au ya kimfano na tamthili tu?:

Maumbile ya ushairi hayaonekani kwa wanadamu tu. Huonekana kwa wanyama porini na ndege hewani; hewa na misitu imejaa ushairi; mito hutiririka kwa ushairi na bahari hucheka kwa mawimbi ya milingano; katika upepo na radi muziki wa ushairi husikika waziwazi. Wakati wa siku na majira ya mwaka hujigawa kama beti za mashairi katika maisha. Duara yote ya ulimwengu, mambo na matendo yake hutokea kwa sura na namna ya vina mbalimbali. Mgusano na mwendo wa vyombo vyetu kila siku huonyesha kadiri fulani ya mlingano ulio sawa na ushairi. Umbo la vitu vyote limejipamba pambo la kimo na kivimbo cha mlingano.²

Kabla ya Shaaban Robert, katika mongo (kumi) wa tatu wa karne hii, marehemu Sheikh Al Amin bin Ali Mazrui alituandikia makala juu ya sharia za arudhi ya tungo za Kiswahili. Sheikh Al Amin hakuchapisha fikira zake juu ya arudhi, bali baadhi ya jamaa zake na wendani (swahibu/marafiki) wake walipata nakala za maandishi hayo; na moja katika nakala iliyokamilika alimpa Sheikh Mbarak bin Ali Hinawy. Kutokana na nakala hiyo, ama Sheikh Mbarak peke yake au pamoja na William Hichens, waliifasiri kwa Kiingereza, na baadaye Hichens akabadilisha mpango wa Sheikh Al Amin katika sehemu nyingi. Baada ya kupita wazee wote hao watatu, makala hayo ya Kiingereza yalichapishwa katika jarida la Swahili (Tol. 33/ 1, 1962, ku.107-37), bila ya kutajwa jina la mwandishi wa asili wa makala hayo. Lakini haya ni mas-ala mengine ambayo hapa si mahala pake pa kuyaeleza kwa urefu.

Tukiangalia wakati Sheikh Al Amin alipoyaandika makala hayo na tukielewa kuwa Marehemu hakuwa mtungaji, bali ni mtu wa dini aliyevutiwa sana na kutaka kujielimisha katika fani mbalimbali, ndipo tutapogundua kuwa makala hayo ni ya kusherehekewa. Ilivyokuwa ni watu kidogo tu waliopata fursa ya kuyasoma makala hayo yaliyoandikwa kwa Kiswahili, kwani hayajapatapo kuchapishwa, basi ndipo tukaona kuwa ni ule mlango wa kurasa 24 wa marehemu Sheikh Kaluta Amri Abedi aliyoiita *"Sheria za Kutunga Mashairi"* katika diwani yake inayoitwa **Sheria Za Kutunga Mashairi na Diwani ya Amri** iliyochapa kwanza mnamo 1954,³ ndiyo yanayojulikana sana na ndiyo yenye kusherehekewa sana. Kwa hivyo maneno ya Sheikh Shaaban ni maneno yenye kutilia mkazo tu mengi ya yale yaliokwisha kusemwa na wajuzi wengineo. Lakini maneno ya marehemu Shaabani, kama tulivyogundua si maneno ya kikawaida bali ni maneno yaliyopangwa kwa utamu na mvutio wa kupendeza sana. Ingawa maneno hayo yalikuwa kwa lugha ya nathari, lakini marehemu Shaabani alitumia ujuzi wake wa kutunga tungo na kuhadithiya nganu katika kuzipanga fikira zake. Tafauti ya maneno ya Shaabani na ya Kaluta, juu ya tungo za Kiswahili, imo katika lugha. Shaabani hakueleza mengi

---

2   Robert, tumetaja, uk. 274.
3   Abedi, angalia katika "Mapitio ya Yaliyochapishwa."

yaliyokuwa mepya, bali alitumia lugha tamu yenye kuvutia sana. Kwa hivyo uhodari wa Shaabani unaonekana wazi, si kutokana na fikira mpya, bali katika lugha yake ya ufasaha.

Wazee marehemu wote watatu tunaowazungumza, walikuwa ni watu maarufu ambao walitenda mengi katika uhai wao; mambo ya kusherehekewa na kukumbukwa. Kwa ukosefu wa bahati, wazee wote watatu hawa hawakuzungumza mengi yanayokhusu utungaji wa tungo zaidi ya mizani na vina, na msomaji asiyezaliwa na kuishi katika vitongoji ambavyo utungaji wa tungo ni moja katika mambo ya kikawaida ya kimaisha ya kila siku, au msomaji aliyekuwa hakusomea sana khabari za tungo za Kiswahili, khasa za wale waishio Kaskazini katika Mwambao wa Kenya, atafikiri kuwa tungo za Kiswahili hazina mengi zaidi ya vina na mizani! Hapana shaka yoyote kuwa upangaji wa vina, na kwa tungo za aina nyingi, mizani pia, ni mambo yaliyo muhimu sana katika tungo za Waswahili, ama watungaji wenyewe wasingeliyakaririra kila mara, lakini itakuwa tumekosea sana iwapo tutafikiri kuwa tungo za Waswahili hazina mambo mengine isipokuwa hayo mawili.

Kitabu cha Kaluta Amri Abedi, khasa ile sehemu inayozungumza juu ya "sheria za kutunga mashairi," ndiyo inayosherehekewa sana na kufuatwa na walioshughulika na jambo hilo, khasa waalimu na wanafunzi wetu wa leo ambao majumbani kwao hakuna dasturi za utungaji wa tungo za Kiswahili, kwa hivyo, hawaelewi upungufu uliomo katika hizo "sheria" alizozizungumza Kaluta. Wengi sana ya wale watoto wa Kiswahili na wazee wao waliozaliwa na kuishi Kaskazini ya Mwambao wa Waswahili, kwa mfano, Lamu, Pate, Siu na kadhalika, licha kuwa hawajui kama kitabu hicho cha Kaluta kipo duniyani, bali hawakihitajii kamwe. Hawakihitajii kwa sababu utungaji wa tungo umeingiliana sana na mazingira yao ya maisha ya kila siku, na kutunga tungo kwao si jambo la kusomea shuleni wala katika vitabu. Watoto huinukia na kukua huku wakiona wazee wakitunga na wakitungiana na wao 'huingia ngomani' wakatunga, na jambo hilo la kutunga na kuimbana likawa ni la kawaida tu. Wengi ya watungaji hawa wanaelewa vyema kuwa ingawa vina, na kwa kadiri fulani, mizani pia, ni mambo muhimu katika tungo zao, lakini wanaelewa vyema pia kuwa vina na mizani peke yake sizo zinazofanya maneno kuitwa tungo. Lakini pia kwa Waswahili, maneno hayakubaliwi kuwa ni tungo yasipotiririka kwa vina, na yangakubaliwa, yatajulikana kuwa yana kombo.

Ingawa insha ya Kaluta inasherehekewa sana, lakini kwa hakika ina upungufu mwingi. Moja katika upungufu huo ni kuwa marehemu Kaluta ametuzungumzia bahari nne tu, na hili pia hakulielewa sawasawa, kwa hivyo hakulieleza sawasawa. Kwa mfano, mifano mingi aliyoitoa kueleza bahari tafauti, kumbe si mifano ya bahari tafauti, (uk. 11), au kuwa hakuna bahari hiyo aliyoitaja kamwe. Vilevile, pale anapozungumza juu ya vina, (uk.4), kumbe tafauti zenyewe si za vina ni za bahari. Kwa hivyo Kaluta amekoroga mambo kwa kadiri ambayo, kwa mtu asiyeelewa sawasawa khabari za tungo, sijui kuwa amemsaidia kuelewa au kuwa amezidi kumpotoa! Jambo moja ni la hakika nalo ni kuwa insha ya Kaluta haimsaidii mwanafunzi kuelewa mapana na marefu ya mipango ya tungo (arudhi) za Kiswahili.

Upungufu uliomo katika insha ya Kaluta si jambo la kustaajabisha sana tukielewa kuwa marehemu alizaliwa na kukulia katika mazingira ambayo utungaji wa tungo za Kiswahili haukuwa na mizizi mirefu sana wala matawi mengi yaliyozagaa kama katika Mwambao wa Kenya. Kaluta naye, kama Shaabani, kwa sababu hakupata kusikia mifano mingi ya tungo za lugha hii na hakupata fursa ya kuzungumza kwa urefu, au kujadiliyana na wajuzi, au kutafiti khabari za tungo kwa wajuzi katika Mwambao wa Kenya, ndipo asiweze kugundua mengi. Ingawa Kaluta alihisi na kuelewa, kwa kutumia akili yake, kuwa lazima kuna mifano mingi zaidi, ya tungo za Kiswahili, ambayo yeye hajapambana nayo na kwa hivyo hakuijua, na ingawa alijaribu kutueleza hilo katika kifungu cha kwanza cha maneno yake aliposema kuwa "Mashairi yako namna nyingi. Hatuwezi hivi sasa kusema ni ya namna ngapi kwa vile ni kitu kinachotegemea usanifu wa mtu. . ."[4] lakini jina la kitabu chake – **Sheria Za Kutunga Mashairi**. . . – na maneno yake mengine katika insha yake, hata katika kifungu hichohicho cha awali, huwafanya wanafunzi wengi wadhani kuwa ni lazima "sharia" alizozieleza zifuatwe sawasawa ili mtu aweze kuwa mtungaji mzuri. Kwa mfano, katika kifungu hichohicho cha kwanza, Kaluta anaendelea kusema kuwa "Hata hivyo tutajaribu kuonyesha mashairi ya namna nyingi yapatikanayo hivi sasa na kanuni zinazofungamana nayo. .

---

4 Abedi, tumetaja.

."[5] Kwa ukosefu wa bahati, mifano aliyoitoa Kaluta ni michache mno – kama tutakavyoonesha baadaye – na maneno yake yaliyotilia mkazo umuhimu wa kuzifuata sharia hizo, hayakumpa mwanafunzi uwanja wa kuweza kutambua mwenyewe kuwa kweli maji ya utungaji wa tungo ni ya bahari kuu. Tena bahari zenyewe si kidogo, tena zenye mikondo isiyojulikana idadi yake. Insha ya Kaluta juu ya sharia za kutunga, yamkini, iliwafunga wanafunzi wengi waliotaka kutunga kwa kufuata utaratibu wa lugha hii, khasa pande za kusini ya Uswahilini, wasiweze kupindukia mipaka ya mifano aliyoitoa Kaluta katika kutunga tungo zao. Mausio yake juu ya mafundizi (wanaojifunza kutunga) wengi, yamkini yaliwakaba wasiwe na uhuru wa kutosha wa kuweza kutunga. Vilevile mausio hayo hakuyatilia mkazo, vya kutosha, kuwa kuna bahari za aina nyingi zaidi ya hizo alizozizungumza katika kitabu. Kwa hakika, tokea kuanzishwa Idara Ya Kiswahili katika Chuo Kikuu cha Dar es Salaam, na baada ya kuichambua insha ya Kaluta juu ya 'sharia' za kutunga, na kuamini kuwa 'sharia' hizo za kurasa kumi na mbili, (ku. 4 15), kuwa kweli zimeeleza bahari za tungo, na mbinu za kutunga kwa ukamilifu, baadhi ya wanafunzi hao na waalimu wao waliamua kuwa sharia za tungo za Kiswahili ziliwanyima uhuru wa kutunga, na wakaamua kuwa njia ya kujipatia uhuru ni kufuata mitindo isiyofuata sharia zozote kama waandikavyo baadhi ya Wazungu hivi sasa kwa mtindo uitwao free verse. Majadiliano na mzozo mkubwa ulizuka wakati huo, na ungali bado ukiendelea, baina ya kundi moja la wana mjadala ambao wengi wao walikuwa ni wana Chuo Kuu waliokuwa wakisoma katika idara ya lugha, (ambao wamejiita 'wanamabadiliko') na wale wanaoamini kuwa uhuru wanaoutaka watu hao ni wenye kujaribu kuvunja misingi bora ya kutunga yenye asili ya Kiswahili na badala yake kuleta mitindo ya Kizungu isiyokubaliana na utaratibu wa lugha hii na mila za Waswahili wenyewe (hawa wamepagazwa jina la 'wanajadi' au 'wanamapokezi'). Wengi ya watu hawa wa kundi la pili wenyewe ni watungaji wa Kiswahili.

Majadiliano yenyewe yalikuwa na upungufu mwingi kwa sababu wengi ya waliokuwa wakijadiliyana, katika pande zote mbili, waliamini kuwa insha ya Kaluta Amri Abedi ndiyo iliyoeleza kwa urefu na kwa ukamilifu sharia za tungo za Kiswahili; na wengi waliokuwa wakielewa ukweli ulipo, khasa

---

5 Abedi, tumetaja.

MLANGO WA PILI

wale watungaji mahodari pamoja na wajuzi wengineo walioko mwambao wa Kenya, mpaka leo ama hawakupata fursa ya kueleza wayajuayo kwa chapa, au walikuwa mbali na Dar es Salaam na hawakupata fursa ya kuingia katika majadiliano na kueleza wayajuayo. Baadhi ya hawa ni kina Masheikh Ahmed Sheikh Nabhany, Ali Abdalla El Maawy, Fahmi Mbarak Hinawy, Hasan Msami, Bwan. Rehema wa Faruki, Said wa Haji, Abdalla Barwa, Bibi Zena Mahmud Fadhil na wengi wengineo. Bila ya kujua fikira za mabingwa hao, hapana shaka majadiliano juu ya tungo yanayoendelea Dar es Salaam yatazidi kuzunguka kizungumkuti. Kama tulivyokwisha kueleza, insha ya Kaluta Amri Abedi katika kitabu chake, ni fupi mno na imeacha mapengo mengi bila ya kiasi. Mapengo ambayo kwa wengi wetu ambao hatukusikia mifano mingi ya tungo, ni taabu kuweza kufikiria kuwa ipo mifano hiyo. Kwa hivyo mjadala wenyewe, kwa wenye kuelewa, umekuwa hauna maana, kwa sababu unategemea kuamini kuwa 'sharia' alizozitoa Kaluta ndizo zote za tungo za Kiswahili! Na kuwa hamna upungufu wala makosa ndani yake! Imani hiyo si ya sawa, maana ukweli upo katika kinyume cha mawazo hayo. Kuelewa ukweli wa maneno haya, inahitajia, kwanza, mtu aelewe kuwa mifano aliyoitoa Kaluta ni michache mno, kwa hivyo jina alilokipa kitabu chake (Sheria Za Kutunga Mashairi. . .) – ni jina lenye kumbabaisha na hadi kumpotoa mtu asiyekuwa na msingi sawasawa juu ya tungo. Kwa hakika, kwa wenye kuelewa mifano mingi ya tungo mbalambali za Kiswahili, wataona kuwa baina ya **'sharia' za Kaluta zisizompa mtungaji** -uhuru' ya kutunga, na huo 'uhuru' uliomo katika huo mtindo wa "free verse" kuna uhuru mwingi sana ambao kwa walio na kipawa na wenye jitihada hawatashindwa kutunga. Kwa hali yoyote, tunaweza kusema kuwa hisabu za mizani na mipango ya vina katika tungo za Kiswahili ni jambo ambalo umuhimu wake haueleweki ila mtu awe yamemuingia maisha ya Waswahili na kuelewa vizuri hisi zao, ngoma zao, nyimbo zao, dini yao, dua zao, na kadhalika. Ili kuweza kuelewa vizuri upungufu uliomo katika mgogoro wenyewe, inataka kwanza tuelewe upungufu uliomo katika maelezo ya Kaluta juu ya "Sharia Za Kutunga. . . " Lakini ili kuelewa upumgufu huo, kwanza inataka tuelewe vizuri, japo kwa maelezo mafupi, bahari na mikondo au mipango (arudhi) ya tungo za Kiswahili, na kabla hatujazungumzia haya, inafaa kwanza tuelewane juu ya matumizi ya maneno muhimu yanayokhusu tungo za Kiswahili, na maana iliyokusudiwa katika kitabu hiki, na hivyo ndivyo tutakavyoendelea katika maelezo yetu.

2.1 Maneno Muhimu Yanayotumika Katika Arudhi

2.2 Shairi

Neno **Shairi** katika lugha hii, lina maana mbili. Kwa wengi, neno **shairi** kwao lina maana ya utungo wowote. Kwa wenye kuelewa mbinu za kutunga, neno shairi lina maana ya utungo maalumu, aghlabu, ule wenye mishororo mine. (Angalia maana yake kamili katika sehemu ifuatayo inayozungumza juu ya bahari hiyo). Katika kitabu hichi nimetumia maana ya pili, yaani neno shairi kwa maana ya utungo maalumu, na **tungo** kwa maana ya utungo wowote.

2.3 Mshororo

Mshororo ni msitari mmoja wa utungo ambao **haukhusian**i na msitari wa karatasi na maandishi. Mshororo mmoja unaweza ukaandikika katika msitari mmoja wa karatasi (ya dasturi kwa khati za kawaida au za ucharazi) na ukabakisha nafasi, na wa utungo mwingine ukachukua misitari ya karatasi zaidi ya mmoja.

2.4 Ubeti

Ubeti ni kifungu kimoja cha utungo ambacho aghlabu huwa na idadi maalumu ya mishororo. Kwa mfano, ubeti wa utenzi huwa na mishororo miwili; wa wimbo huwa na mishororo mitatu na wa ushairi aghlabu huwa na mishororo mine. Katika kila bahari ya tungo tulizozieleza baadaye tumeonesha mifano ya beti.

2.5 Mizani

Mambo mawili yaliyojitokeza sana katika tungo nyingi za Kiswahili ni **vina** na **mizani**. **Mizani** ni hisabu ya sauti mbalimbali katika kila neno. Kwa mfano, neno 'hisabu' lina mizani tatu: **hi**, **sa** na **bu**. Tuangalie ubeti wangu ufuatao, kisha tuyagawe maneno yake kwa mujibu wa sauti zilizomo ili tupate idadi ya mizani zilizomo katika kila mshororo au msitari wa utungo:

> Haya mambo ya kutunga   yataka wake mpango
> Kwanza mawazo kufunga   kueleza lako lengo
> Kisha vina kuvichunga   na mizani na viwango
> Si malenga ni msungo   asiyejua kupanga

Tunaweza kuuchambua ubeti uliotangulia ili kuangalia mizani zilizomo:

```
Ha- ya ma-mbo ya ku tu nga    ya-ta-ka wa ke m-pa-ngo
 1   2   3    4  5  6  7  8    9 10 11 12 13 14 15 16

Kwa-nza ma-wa-zo ku-fu-nga    ku-e-le za la ko le ngo
 1   2   3  4  5   6  7  8    9 10 11 12 13 14 15 16

Ki sha vi na ku vi chu nga    na mi -za-ni na vi wa ngo
 1  2   3  4  5  6   7  8     9 10  11 12 13 14 15 16

Si ma le nga ni m-su-ngo      a-si-ye-ju-a ku-pa-nga
 1  2  3  4  5   6  7  8      9 10 11 12 13 14 15 16
```

Katika ubeti huu wa juu tunaona kuwa maneno yake yana mizani kumi na sita katika kila mshororo.

2.6 Kina

Vina ni sauti zilizolingana zilizomo katika ubeti au kifungu cha utungo; sauti ambazo aghlabu huonekana baada ya hisabu maalumu ya mizani na au mwisho wa kila mshororo. Kwa mfano, katika ubeti uliotangulia tunaona kuwa sauti za mizani ya nane – **nga** – ni sauti ya aina moja na za mizani ya kumi na sita – **ngo** – ni sauti ya aina moja katika mishororo mitatu ya kwanza. Katika mshororo wa nne sauti hizo zimepinduliwa; (tutazungumza juu ya kupindulia baadaye). Sauti hizi za milingano ziliyopo kati ya mshororo (na si lazima ziwe katikati), huitwa **kina cha kati**, na zile za mwisho wa mishororo huitwa **kina**. Iwapo sauti ya mwisho wa kila ubeti ni moja na ni vina mbali na vinginevyo katika beti, vina hivi huitwa **vina vya mwisho**. Angalia katika mifano ya tenzi, utaona kuwa kina cha mwisho ni mbali na vitatu vya awali katika ubeti. Katika utenzi, na katika baadhi ya bahari nyinginezo, sauti ya mwisho aghlabu hurejelewa katika kila ubeti.

2.7 Kiwango

Kiwango ni kituo baada ya mizani maalumu katika kila mshororo wa ubeti ambacho hakina sauti za milingano au kina. Angalia mfano ufuatao wa utungo wa Sayyid Umar bin Amin al Ahdal (1790 1870?) wenye viwango katika mizani ya sita:

>Andika mwandishi   khati utuze
>Isimu ya Mola   utangulize
>Utiye nukuta   na irabuze
>Isiwalahini   wenye kusoma[6]

2.8 Bahari

Bahari ni kumbo moja la tungo ambalo huweza kuwa na mikondo tafauti ndani yake; Kwa mfano, wimbo, shairi na utenzi ni bahari mbalimbali za tungo.

2.9 Mkondo

Mikondo ni aina tafauti ya tungo katika bahari moja. Tafauti ya mikondo huwa ni tafauti ya hisabu za mizani. Katika sehemu ifuatayo ya wimbo kwa mfano, utaona mifano ya mikondo mbalimbali ya nyimbo. Katika **wimbo** wa mizani kumi na mbili kila mshororo kwa mfano, na wenye vina vyake kwenye mizani ya nne na ya kumi na mbili, basi huambiwa kuwa wimbo huo ni wa mkondo wa nne kwa nane.

---

6   Al-Ahdal, Sayyid 'Umar Amin, baadaye Ahdal; Al-Bakary, Zena Mahmud Fadhil, baadaye Zena, Maandishi, Mombasa, 1973.

2.10 Bahari na Baadhi ya Mikondo yake

Hakuna anayejua kwa hakika, ni bahari namna ngapi walizozitumia Waswahili; kwa hivyo hakuna anayejua mikondo au namna tafauti ni ngapi zilizomo katika kila bahari ya tungo za Kiswahili. Zaidi ya bahari za aina tatu maarufu ziitwazo 1) wimbo au nyimbo, 2) shairi na 3) utenzi au utendi, kuna aina nyingi nyinginezo; hata mara nyingine bahari maalumu huja ikajulikana kwa jina la utungo au majina ya tungo zenyewe zilizotungwa zamani. Kwa mfano **Hamziya**, **Wajiwaji**, **Dura Mandhuma** na **Tiyani Fatiha**; zote hizi ni tungo maalumu, lakini utungo wowote uliotungwa kwa kufuata bahari ya mojawapo katika hizi, bahari yake hujulikana kwa jina la huo utungo wa asili – bahari ya Hamziya, ya Wajiwaji na kadhalika. Zaidi ya haya, katika kila bahari, mtungaji ana uhuru wa kuunda mikondo yake mwenyewe, na sidhani kama inayumkinika kukusanya mifano ya mikondo yote iliyotungiwa, kwa hivyo, idadi yake haijulikani. Basi ni vigumu kuweza kuandika sharia za kutunga tungo za Kiswahili kwa ukamilifu. Tukiangalia maneno ya waliokwisha kuandika juu ya sharia hizo, tunagundua kuwa, ingawa insha ya Kaluta Amri Abedi inasherehekewa sana, lakini marehemu Kaluta ametuzungumzia juu ya bahari tatu tu. Sheikh Al Amin Mazrui, (aliyezaliwa na kuishi Mombasa), ingawa hakuwa mtungaji, ametuelezea bahari sita, na Sheikh Ahmed Sheikh Nabhany na Bibi Zeina Mahmud Fadhil – wazaliwa wa Lamu na ambao ni katika watungaji wazito wa zama zetu hizi, na ni mabingwa wa lugha na mila za Kiswahili ambao wamechungua sana khabari za tungo – wamenifunza juu ya bahari kumi na tatu zifuatazo:

1. Wimbo
2. Shairi
3. Zivindo
4. Utenzi au utendi
5. Utumbuizo
6. Hamziya
7. Dura Mandhuma/Inkishafi
8. Ukawafi au kawafi
9. Wajiwaji

10. Tiyani Fatiha
11. Wawe
12. Kimai
13. Sama, Mahadhi au Sauti

2.11 Wimbo/Nyimbo.

Wimbo ni ubeti wa mishororo mitatu ambao unaweza kuwa na mikondo tafauti. Kwa mfano, kuna wimbo wa kina kimoja tu mwisho wa kila mshororo (kama tutakavyoona baadaye katika mifano) au, zaidi ya kimoja. Kila mshororo unaweza kuwa na vina viwili, kama mfano uliotangulia, au zaidi ya viwili kama tutakavyoona katika mfano mwingine baadaye. Lakini nyimbo nyingi zaidi huwa na vina viwili. Kitu kinachopambanua bahari au kumbo la nyimbo kutokana na bahari nyingine ni idadi ya mishororo mitatu katika kila ubeti wake.

Katika bahari zote za tungo za Kiswahili, bahari ya wimbo ndiyo iliyozaa kwa wingi mikondo au namna tafauti, kwa mujibu wa hisabu za mizani au vina. Lakini mkondo wa mizani nane kwa nane, yaani yenye kina katika mizani ya nane na ya kumi na sita katika kila mshororo, ndiyo yenye kujulikana zaidi. Ingawa hapa tutatoa mifano **michache** ya namna tafauti ya nyimbo lakini ukitumia akili yako utaona mwenyewe jinsi mtungaji anavyoweza kutunga kwa mikondo yake mwenyewe ambayo mifano yake hatukuitoa hapa. Mifano mingi ya beti za tungo zilizomo katika sehemu hii nimedokoa kutokana na tungo zenye beti zaidi ya moja.

a. Ufuatao ni wimbo wa mkondo wa mizani nane kwa nane:

> Sinione ninyemee   nami nayuwa kusema
> Ito hangalia dee   sitii changu kilima
> Ikiwa mai yayee   kwa karibu yatafuma[7]

b. Mfano wa pili unaofuata ni wa mkondo wa nne kwa nane.

---

7   Zena, Zena, maandishi, Mombasa, 1976.

> Sina hali   moyo wangu nidengene
> Sihimili   wala sipendsi mngine
> Tafadhali   nakuomba tuonane[8]

c. Mfano mwingine wa wimbo ulio na mkondo kinyume na uliotangulia ni huu ufuatao wa nyimbo zinazosemekana zimetungwa na Sayyid Abi Bakar bin AbdurRahman bin Abi Bakar bin Ahmad, maarufu kwa jina la Mwinyi Mansabu (1829 1922) wa mkondo wa nane kwa nne:

> Mambo nimeyatafiti   k'iyapima
> Nimeona tafauti   kuwegema
> Mnazi wangu siwati   kwa mkoma[9]

d. Unaofuata ni mfano wa wimbo wa mkondo wa sita kwa sita:

> Huba na mapendi   yamezoningiya
> Hamu huitundi   hata saa moya
> Toba wangu kandi   huwat'i udhiya[10]

e. Ufuatao ni mfano wa wimbo wa mkondo wa mbili kwa nane katika mishororo miwili ya awali na mshororo wa tatu ni wa mizani nane kwa nane:

> Hela   wateni yenu mayowe
> Tela   wala asiwazuzuwe
> Kuna mti u na khila   humshinda kitunguwe[11]

---

8   Zena, Zena, maandishi, Mombasa, 1976.
9   'Mwinyi Mansabu,' Sayyid Abi Bakr bin Abdur Rahman, Baadaye Mansabu; Nabhany, maanishi, 1986.
10 Zena, maandishi, Mombasa, 1966.
11 Zena, Mombasa, 1966 na pia al-Rudeyn, Khadija Muhammad 'Mwana Mtoto,' Lamu 1976.

f. Ujao ni mfano wa wimbo wa mkondo wa mizani nne kwa nane katika mishororo miwili ya kwanza na mizani nane kwa nane katika mshororo wa tatu:

> Ya thineni   huzidi kuniumiza
> Kitandani   siwezi kuinakiza
> Mato yangu hayaoni   huwa yamefunga kiza[12]

g. Mizani sita kwa nne pia hutumiwa na watungaji nyimbo mara nyingine. Mifano niliyonayo ni ya watu ambao hawakunipa rukhusa ya kuchapa, kwa hivyo, angalia mfano huu nilioutunga mwenyewe:

> Pokeya kalima   emwendani
> Kaa kwa heshima   duniyani
> Maisha hufuma   maji pwani[13]

h. Mizani nane kwa tano pia hutungiwa tungo mara nyingine:

> Ya Rabbi hunisikiya   yote huona
> Huomba kinyenyekeya   kula namna
> Nitakalo hukweleya   nipa Rabana[14]

i. Mfano unaofuata wa nyimbo (ambazo mwenyewe sijalipata jina lake) wa vina mwisho wa mishororo tu, katika mizani ya nane. Utungo wa aina hii huitwa wimbo wa zina zitoto (vina vitoto). Mshororo wa mwisho wa kila ubeti katika mkondo huu aghlabu hupinduliwa na kufanywa mshororo wa kwanza wa ubeti unaofuata. Nimenakili ubeti wa 4, 5 na wa sita. Angalia vizuri mpango huo.

> 1. Kama wa matoni wanda
>   K'ikwanganga k'ikutunda
>   Kama mwanangu wa kwanda

---

12 Al-Busaidy, Rukiya Muhammad, baadaye al-Busaidy, Mombasa, 1966
13 Shariff, Ibrahim Noor, baadaye Shariff, Shariff, New Jersey. 1984.
14 Zena, Zena, Mombasa, 1983.

2. Kama wa kwanda mwanangu
   Hilo towa shaka kwangu
   Yako si nusu ya yangu

3. Si nusu ya yangu yako
   Moyo hauna finiko
   Ningelifunuwa kwako.[15]

j. Ufuatao ni wimbo uliotungwa na Nabhany wa vina vitatu wa mkondo wa mizani sita kwa sita kwa nne.

   Huna ihisani   ungatendwa wema   hukumbuki
   Hutundi huoni   mambo ya dhuluma   yenye dhiki
   Nyonda huthamini   mbeko na heshima   huzitaki[16]

k. Wimbo unaweza kuwa na vina zaidi ya vitatu pia; mradi mishororo yake iwe mitatu. Mfano unaofuata uliotungwa na bingwa Nabhany ni wa wimbo wa mkondo wa sita kwa tatu kwa nne kwa mbili:

   Kukwepuka nana   sitaki   nasonona   ndani
   Kusubiri tena   ni dhiki   muhibana   lini?
   Nyonda kuonana   ashiki   hali sina   shani[17]

Mpaka sasa, mifano tuliyoitoa ni ya mikondo ya nyimbo peke yake. Nasi hatukutoa hata nusu ya mikondo ya nyimbo iliyokwisha kutungiwa. Juu ya hayo, kutokana na mifano hii, hapana shaka kuwa mtungaji mwenye buswara ataona kuwa upo uhuru mwingi katika kutunga kwa vina na mizani. Tukiongeza mifano ya bahari nyinginezo tutaona kuwa, kwa wenye jitihadi na kipawa, kuna njia nyingi sana za kuweza kutunga tungo za Kiswahili.

Katika kumbo la nyimbo, kuna nyimbo za ngoma za kuimbana. Nyimbo hizi ni za aina nyingi, kwani ngoma zenyewe si kidogo. Waimbaji katika ngoma nyingi za aina hii aghlabu huimba au huimbana kwa kutumia bahari ya wimbo. Lakini pia kuna baadhi ya ngoma ambazo waimbaji hujiimbia ovyo,

---

15 Asya Mahmud Fadhil Al-Bakry, Mombasa, 1983.
16 Nabhany, Nabhany, Mombasa, 1984.
17 Nabhany, Nabhany, Mombasa 1983.

yaani bila ya kuchunga vina na mizani sawasawa. Haya hutokea ama kwa kutokuwa na uwezo wa kutunga barabara au hukosea kwa ajili ya haraka au kutokuwa na muda wa kutosha, maana ngomani watu hutunga papo kwa papo. Ni muhimu kutilia mkazo kuwa si kila nyimbo au kila utungo hutungwa na walio mahodari, na hatuwezi kusema kuwa kila utungo ni sawa kwa uzuri na uzito wa maana. Wala hatuwezi kusema kuwa watungaji wote wana vipawa sawasawa. Midundo ya ngoma na tafrija za sherehe mara nyingi huwa ni kama kinga ya kuwafichia, wasiojua kutunga vizuri, upungufu wao.

Angalia mfano ufuatao wa utungo wa ngoma ya kuimbana ya Kipate. Nyimbo za ngoma nyingi huwa na vipokeo, yaani baada ya muimbaji kuimba ubeti mmoja au zaidi au pengine hata asimalize ubeti, waimbaji wengine huimba kipokeo. Angalia mfano:

1. Amekuya Nabahani ataka mke halani
   Kipokeo: Jumba lisilo mshindo halikaliwi
   Msikiti uso mai hausaliwi

2. Ataka mke halani na mahari mwambiye mwataka kiasi gani?
   Kipokeo: K'ongo nema hungiya muini
   hungiya kwa wapi? Kwa msikitini
   msikiti upi? Wa Mwenye Huseni.

3. Nambiya na ina lake wat'u wot'e wapulike
   Kipokeo: Mwana tandika firasha na yasimini
   Ufunguwe madirisha uwenge pwani
   Sisi twendao kukesha nyi lalani

4. Wat'u wot'e wapulike akiwa amenituwa
   na yeye sitaki chake.[18]

Ngoma za Kiswahili zenye kuimbwa nyimbo si za aina moja tu; vilevile kuna nyimbo za kitoto; kuna pia nyimbo za kazi, kwa mfano zile za wakwezi na kadhalika, ambazo zinataka kuchunguliwa vizuri mikondo yake. Kwa

---

18 Jamaa zake Nabhany, Kilimbo, Mombasa, 1983.

hivyo huu mfano wa juu ni mmoja tu katika bahari ya nyimbo za ngoma, za kazi, na za kitoto.

2.12 Shairi

Shairi ni ubeti wa utungo wa mishororo mine **au zaidi ya mine** wenye vina kati (lakini si lazima katikati), na mwisho wa mishororo yote ya ubeti, au yote isipokuwa ule wa mwisho. **Mashairi** ni beti mbili au zaidi za tungo za aina hiyo. Katika tungo za ushairi zenye kujulikana sana na kutungiwa sana ni za mishororo mine kila ubeti. Vilevile mizani nane kwa nane kila mshororo ndiyo inayopendwa sana. Mizani za ushairi haziwi zaidi sana au kasoro sana ya nane kwa nane. Tafauti katika tungo za aina hii huonekana pia katika mishororo ya mwisho wa kila ubeti.

   a. Aina ya kwanza ni yenye kupindulia kina kimoja, yaani kina cha mwisho cha mishororo mitatu ya awali huwa ni kina cha kati katika mshororo wa mwisho wa ubeti, na cha mwisho humalizikia kwa sauti yoyote. (Mpango wa aina hii ulifuatwa zaidi na watungaji wa Pate na wa Mombasa. Kwa watungaji wa Pate wengi hata leo, kumalizia ubeti wa ushairi kwa namna nyingine huwa haupendezi sana kwao.[19]) Angalia mfano ufuatao uliotungwa na Ali wa Athumani wa Pate, maarufu kwa jina la Ali Koti (1770 1840?):

   Yambo iwi yeo pako   nla chakula ukuche
   Wende kwa wenyeji mbeko   ukawalimbushe cheche
   Uwaonye limo lako   wawate kumidha mache
   Ila muyini sipiche   waekee dhisimani[20]

   b. Namna ya pili ya ushairi na ambayo inapendwa na watungaji wengine ni yenye kushuka mshuko mmoja, yaani, katika mishororo yote ya ubeti mmoja, sauti ya kina cha kati ni moja na ya kina cha mwisho ni

---

19 Khabari hizi zinatokana na mazungumzo yangu na watungaji mbalimbali wa Kiswahili.
20 Wa Athumani, Ali 'Koti', baadaye Ali Koti; Said wa Haji, baadaye Said, Lamu, 1973.

moja. Mpango wa aina hii hutungiwa sana Mombasa na miji mingine ya Kusini, na si mpango wa zamani sana. Ufuatao ni utungo wa Sheikh Abdalla Said kizere wa Mombasa:

Katika kuzungumza   hadhara na faraghani
Jiepushe na kuzuza   kwa maneno ya kihuni
Kwani neno laumiza   ni sumu ulimwenguni
Kama moto launguza   unavyoshika majani[21]

c. Aina ya tatu inaitwa 'kupindulia.' Hii ni aina iliyotumiwa zaidi na watungaji wa Kiamu. Katika ubeti wa aina hii, kina cha mwisho cha mishororo mitatu ya kwanza huja kati, na cha kati huja mwisho katika mshororo wa mwisho. Angalia mfano huu wa bingwa Sheikh Nabhany:

Matozi yatiririka   kama seli zifuani
Twakuombawe Rabuka   ututiye hifadhini
Utwepuwe na mashaka   na maudhiko ya duniani
Tuwashinde mafatani   nyoyo zao kuvundika[22]

d. Aina nyingine ya utungaji wa mashairi ni ya kurejelea mshororo wa nne kila ubeti. Utungo wa aina hii ulitungwa zaidi Pemba katika zama zilizopita, na kwa kadiri fulani Mombasa pia. Mfano unaofuata ni wa Sheikh Nasor Muhamed Jahadhmy, maarufu kwa jina la 'Kichumba,' aliyezaliwa Pemba katika karne iliyopita na kufariki huko mwanzoni mwa karne hii:

1. Ewe shekhe ndugu yangu   hino duniya ya kawi
   Utazame ulimwengu   ulitakalo haliwi
   Ni kalamu ya Mungu   Viumbe hatuijuwi
   Bahati hwenda kwa wawi   wema wakalia ngowa

---

21 Kizere, Abdalla Said, baadaye Kizere, mombasa, 1966..
22 Nabhany, Nabhany, barua, 1987.

2. Bahati inageuka   wa tatu hazidishiwi
   Wa moja afurahika   mbili hazimsumbuwi
   Mkavu wanawirika   mbichi hauchipuwi
   Bahti hwenda kwa wawi   wema wakalia ngowa[23]

Mpaka hapa hatukutoa mifano ya mikondo ya mashairi, bali tumeonesha tafauti iliyomo katika mishororo ya mwisho wa kila ubeti. Kama katika bahari ya wimbo, mashairi pia yana mikondo yake. Ni nadra sana kuwaona watungaji, khasa wa zama zetu hizi, kutunga mashairi kwa mkondo usiokuwa wa nane kwa nane. Tutaona hapa mifano michache ya mikondo ya mashairi.

e. Mfano unaofuata ni wa ushairi wa mkondo wa sita kwa sita nilioutunga:

Macho angazeni   na muyafunuwe
Na masikioni   taka muzitowe
Midomo kosheni   musukutuwe
Staghfiruni   kwa Mola Jaliya[24]

f. Mfano mwingine wa bahari ya ushairi nilioutunga mwenyewe ni huu wa mkondo wa nne kwa nane:

Sikubali   kufuata kama gombe
Siyajali   yao mali na uzembe
Yangu hali   nimekinai kiumbe
Na warambe   watakao udhalili[25]

---

23 Al-Jahadhmy, Nasir Muhamed "Kichumba," baadaye "Kichumba." Alawy, Sayyid Abdur Rahaman Saggaf, baadaye Saggaf, mapokezi na maandishi, Mombasa, 1966 Angalia pia Whiteley, W.H., *The Dialects and Verse of Pemba*, East African Swahili Committee, Kampala, 1958, uk. 47.
24 Shariff, Shariff, New Jersey, 1986.
25 Shariff, Shariff, New Jersey, 1986.

g. Ushairi wa mkondo wa sita kwa nane pia hutungwa mara nyingine na watungaji. Huu ni mfano uliotungwa 1983 na Nabhany:

Mngwana ni k'amba   Nitakufa na mwambao
Ni marara simba   nitaringa na Mreo
Siwi moto ramba   k'akivunda changu cheo
Ni mimi si hao   wale majogoo shamba[26]

Mpaka hapa tumetoa mifano ya mashairi ya beti za mishororo minemine tu, lakini mtungaji, akipenda, anaweza kuzidisha mishororo katika kila ubeti, ikawa mitano au sita na kadhalika. Natumai mifano hii michache ya bahari za nyimbo na mashairi inatosha kumzindua mwanafunzi kuwa kuna mipango ya mizani ya aina nyingi katika bahari hizo. Vilevile kuna na mbinu nyingi nyinginezo wanazozitumia mashaha na malenga ambazo hazikhusiani sana na vina na mizani, bali zinaonesha ufundi wa mtungaji. Moja katika ufundi wa aina hiyo ni kuzifunga beti za tungo kwa kurejelea kipande cha kwanza au cha pili cha mshororo wa mwisho wa ubeti na kuufanya kianzio cha mshororo wa ubeti unaofuata. Beti za tungo za aina hii ni taabu kupotea au kupangwa vingine na wanamapokezi. Mfano mzuri wa utungo wa aina hii ni ule wa Kibabina unaoanza kwa maneno yasemayo "Risala wa Zinjibari milele utumikao" ambao tumeunakili katika Mlango wa Nne.

2.13 Zivindo

Zivindo ni utungo ulioelekeyana sana na ushairi. Inasemekana kuwa hapo zamani watungaji mahodari walikuwa wakichokozana kwa kupeyana mtihani wa kilugha. Anayetoa mtihani huchagua neno moja lenye maana mbalimbali na akalitamka ili anayechokozwa aunge kwa mshororo wa utungo. Kwa mfano neno **paa** lina maana nyingi. Inasemekana kuwa Ali 'Koti' alitupiwa neno hilo, na kila alipotupiwa aliunga kwa mshororo wa utungo; matokeo ni haya:

Paa   kipungu mpaadhi   upaaye usochuwa
Paa   ni ya wake mbadhi   wapika na kuwepuwa

---

26 Nabhany, Nabhany, Mombasa, 1983.

Paa   Vumbacha nkwedhi   lisiyeshuka vuwa
Paa   nimeiteuwa   usikidheni nshindo[27]

2.14 Utenzi/Utendi

Utenzi au **utendi** ni ubeti mmoja wa utungo wa mishororo miwili uliokuwa na vina vitatu: kati na mwisho wa mshororo wa kwanza na kati ya mshororo wa pili. Sauti ya kina cha mwisho huwa nyingine yoyote apendayo mtungaji. Watungaji wengi tokea zama za zama, walipendelea sauti ya mwisho ya kila ubeti iwe moja, iwe vina pia. Beti za utungo wa aina hii zikiwa zaidi ya moja, huitwa **tenzi** au **tendi**. Tenzi za zamani sana, kwa mujibu wa mapokezi, ni zile zinazodaiwa kuwa zimetungwa zilizotungwa na Fumo Liyongo. Hapa tutanukuu beti nne za tenzi hizo za beti khamsini na mbili:

Pijiyani mbasi   p'embe ya jamusi
Kwa cha mtutusi   au mwananinga

Upije na p'embe   iliyao yumbe
Mwangi uwambe   kwa ya ndovu k'anga

Vumi lende mbali   lamshe ahali
Wake na wavuli   waye nganganganga

Waye wakeleti   wambeja banati
Watupe baiti   wamsifu yanga.[28]

2.15 Utumbuizo

Kuna **tumbuizo** za aina tatu; aina ya kwanza na inayotungiwa zaidi ni ya utungo ambao hauna hisabu maalumu ya mizani, lakini mwisho wa kila kifungu au mshororo humalizikia kwa kina. Utumbuizo wa aina hii huweza kuwa na kina kimoja au zaidi. Mtungaji muimbaji hutumia vina zaidi ya kimoja ili kumfanya msikilizaji asichokeshwe na sauti moja tu ya milingano. Tungo

---

27 Ali Koti; Faraj Bwana Mkuu, Lamu 1983.
28 Al-Baury, Fumo Liyongo, baadaye Liyongo; Nabhany, mswada, Mombasa, 1983

za aina hii kama tungo nyingi za Kiswahili zilitungwa kwa madhumuni ya kutumbuiza (au kuziimba). Mara nyingi sana tungo zilitungwa wakati huohuo wa kuimba. Ndipo Waswahili wakanena tokea hapo kale kuwa "wimbo hutoka ngomani." Mahadhi au sauti ya tumbuizo inafuata sana pumzi za huyo mtu anayetunga na kuimba. Hutegemea vilevile kituo cha maneno yanayoimbwa. Kwa hivyo urefu na ufupi wa mshororo au kifungu kimoja cha utumbuizo unategemea wapi mtungaji mwimbaji ametia kina chake. Mshororo wa utumbuizo wa aina hii unaweza kuwa na mizani chache na unaweza kuwa na mizani nyingi sana. Mtungaji anapotia kina chake huwa ndipo hapohapo anapotua maneno yake, au, tunaweza kusema kuwa anapotua fikira au maneno yake ndipo anapotia kina. Na iwapo mtungaji mwimbaji ameishiwa na pumzi kabla hajafika kwenye kina, basi hurudi nyuma kidogo na kuendelea kuimba mpaka afike kwenye kina chake.

Utumbuizo, vilevile, unaweza kuwa na vina vitoto mbali na vya mwisho katika mishororo yake. Watungaji wengine hupendelea kutunga namna hiyo kwa sababu mbili muhimu. Ya kwanza ni kuwa lugha yenyewe hii ina sauti nyingi za milingano, na, pili, ni kuwa kutunga kwa sauti moja tu za milingano hulichokesha sikio la msikilizaji wa Kiswahili. Ufuatao ni mfano wa utumbuizo unaoitwa **Bwana Wendee Yungwa** alioutunga mwanamke, hapo kale, kulalamika alipopata khabari kuwa mumewe ameoa mke mwingine. Katika mfano huu utaona kuna vina vikubwa vya **-ngo** na vina vidogo vya **-ngwa**, **-mbo, -ndo** na ni. Si lazima utumbuizo wala utungo wowote wa Kiswahili uandikwe kwa shaaria zetu za leo tunazozitumia kuandikia nyimbo, tenzi, mashairi na kadhalika. Mtu anaweza kuandika utumbuizo, shairi, utenzi na kadhalika kitutumbi (kwa mjazo) na mwenye kuuimba na mwenye kusikiliza asiwe na shida ya kutambua kuwa anachokisoma au kinachoimbwa ni utungo, tena ni utungo wa aina fulani. Mwandishi anaweza kuandika utumbuizo kwa vifungu mfano wa beti na kila "ubeti" ukamalizikia kwa kina kikuu. Tukumbuke kuwa haya mambo ya kuandika tungo zetu umekuja baadaye sana na kutunga kwenyewe. Nimeuandika mfano ufuatao kwa mitindo ya kuandika tungo kileo lakini mtu anaweza kuandika kitutumbi akipenda. Kila kina kidogo na kikubwa kimechapwa kwa wino wa kukoza:

Bwana wen*de* Yu**ngo**, koleya mashu**ngwa**,

mimi humngoja kuwambiya kongo.
Hungoja toka nis hata k'anguka k'enda kwa majongo.
K'amngoja nili na furaha, hata moyo k'afanya kisongo.
K'angoja, kingiya k'amwambiya k'ongo.
K'ampokeya mvungu na ucha k'auweka kula penye chango.
K'apokeya kitoka na yembe k'azitiya t'ini ya nlango.
K'amvuwa shungurere lake k'aliweka mbee za nlango.   K'antukuwa
k'anchiya choni k'amfucha vumbi na uwongo.
k'ampaka mafucha kwa mai, k'anyowa kula penye jongo.
K'amvuwa dhake dha k'ondeni, k'amvisha dhangu dha urembo.
    K'amnwesha matadha ya mai k'anyowa t'umbo dhake nyango.
Na usiku tuchenda kulala kinambiya nganu za urongo.
Kinambiya mwana sitakuoleya, wala na uchao sikwendei mwendo.
   Asubuhi nendao makaa kiwandani, kufuliye zombo,
     kufuliye kifungo na k'ama na upeto uringize shingo;
     kufuliye zingaja na k'uti na zik'uku nitowe majongo.
Asubuhi k'ingiya mekoni husikiya kusi na mishindo.
   Kiuliza muini kunani? K'ambiwa mvuliyo urawiye kondo.
   Uwozee nke msichana na mahari ni yako uchundo.
   Uwozee nke mwanamwali yeo nine hamchendi yambo.
    Pachiyani kungu mkunguni.
      na gandale usingiwe uchi wa maungo.
Mumsinge mbavu dhake mbili ila ikithari uchi wake wa maungo.
Basi hapa k'aipija nati k'adhifunda dhungu na dhikango.
K'ainuka k'adhivunda dhilili na malili k'ayak'acha mawambo.[29]

Utungo wa aina ya tatu, vilevile, huwa na vina vya mwisho tu, lakini una viwango. Mfano wa utumbuizo huu ni utungo wa zamani maarufu kwa jina la **Kiyakazi Sada** unaodaiwa kuwa umetungwa na Fumo Liyongo. Katika utungo huu maarufu inasemekana aliutunga alipokuwa gerezani kumtungia mama

---

29 Al-Baury, Fumo Liyongo, baadaye Liyongo; Nabhany, mswada, Mombasa, 1983.

yake, Fumo Liyongo alipanga mishororo yake kwa viwango vya mizani sita kwa nne kwa tano kama ifuatavyo:

> Kiyakazi Sada nakutuma haya tumika
> Kamwambiye mama ni muyinga siyalimuka
> Afanye mkate pale kati t'upa kaweka
> Nikereze pingu na minyoo isonemuka
> Nit'at'ate k'uta na madari yakiukuka
> Niuwe rijali wake wana nikiwateka
> K'atokeze nde kama kozi nikatoroka
>
> Pano kakunduwa mandakozi yuu k'aruka
> Yuu la konde jangwa p'wani k'itiririka
> Ningiye ondoni ninyepee ja mwana nyoka
> Nali mti pweke nimezee katika nyika
> Si nduu si mbazi nimeziye kuwak'upuka
> Nduu alimeme uwasiye kinda kiitika
> Mwambiye apike t'upa kati wishwa kaweka[30]

2.16 Hamziya

Hamziya ni utungo uliotungwa kufasiri utungo wa Kiarabu unaoitwa Ummu al Qura uliotungwa na al Busary kumsifu Mtume Muhammad. Wa Kiswahili umefasiriwa kwa tungo na Idarus bin 'Uthman katika mwaka 1749. Mishororo ya hamziya ni miwilimiwili na vina vyake viko mwisho tu wa kila ubeti, na mizani ya kila mshororo ni kumi na tano. Angalia beti chache za tungo hizo:

> Wamtozele Maka p'angoye ikamuweka
> Kumuhifadhiye ndiwa manga mawala mema
>
> Kumtosheleza kwa tandule Kaabuti
> Atoshelezaye ndiye ndiwa wavuzi jema

---

30 Liyongo; Nabhany, mswada, Mombasa, 1983

Akakusudiya Musitwafa kwenda Madina
Maka jiha zake zikaleta kushuku mema

Majini yakimba kwa swifaze T'umwa ya Mola
Zikapinda jeshi muumini zunubu thama[31]

Katika kumbo hili huingia fasiri za tungo nyinginezo zisizofuata kanuni na bahari zinazojulikana zenye kutumiwa mara kwa mara.

2.17 Dura Mandhuma/Inkishafi

Bahari ya sita ya tungo za Kiswahili hujulikana kwa majina mawili, yaani **Dura Mandhuma au Inkishafi**. Kwa upande mmoja, majina haya ni ya bahari yenyewe ya utungo wa aina hiyo, na kwa upande mwingine, majina haya ni ya tungo maalumu zilizotungwa zamani kwa bahari hiyo. Bahari hii ina beti za mishororo mine yenye mizani sita kwa tano na vina vyake viko mwisho wa mishororo mitatu ya kila ubeti, kwa hivyo mizani ya sita ni kiwango tu. vilevile sauti ya mwisho ya kila ubeti ni moja. Kwa hivyo, kwa upande mmoja, ule wa idadi ya mishororo, umeshabihi mkondo (wa mishororo mine) wa bahari ya ushairi unaopendwa zaidi; kwa upande mwingine, ule wa kuwa na sauti moja mwisho wa kila mshororo, umeshabihi utenzi. Mfano unaofuata ni wa beti 19 na wa 20 za Inkishafi uliotungwa na Sayyid Abdallah bin Ali bin Nassir ambaye, kwa kukisia, aliishi baina ya mwaka 1720 na 1820:

19. Dunia ni jifa siikurubu
    Haipendi mt'u ila kilabu
    I hali gani ewe labibu
    Kuwania mbwa hutukizwaye!

---

31 'Uthman, Sayyid "Idarus bin; Nabhany, mswada, Mombasa, 1983.

20. Kamwe ina ila   iliyo mbovu
    Ilikithiriye   ungi welevu
    Ikalifu mno   kutaka mavu
    Kupa wat'u ngeya   ikithiriye[32]

Dura Mandhuma imetungwa na Sayyid Umar bin Amin al Ahdal ambaye, kwa kukisia aliishi mnamo mwaka wa 1790 na 1870. Dura mandhuma kama Inkishafi zimetungwa na Waswahili waliokuwa mashekhe wa Kiislamu, na tungo zote mbili hizi zina mafunzo ya Kiislamu. Dura Mandhuma ina ufundi mmoja zaidi. Nao ni kuwa herufi za kwanza za mishororo mitatu ya kwanza ya kila ubeti imepangwa kwa mpango wa alifu bee, kufuatia mpango wa herufi za Kiarabu. Vilevile kila herufi inateremka kwa fatha, kisra na dhama; au, kwa mfano, huteremka kwa a i u, ba bi bu, ta ti tu na kadhalika:

1. Andika mwandishi   khati utuze
   Isimu ya Mola   utangulize
   Utie nuquta   na irabuze
   Isiwalahini   wenye kusoma

2. Baada ya ina   kulibutadi
   Bijahi Rasuli   tutahimidi
   Bushura ya p'epo   nasi tufidi
   Mola atujazi   majaza mema[33]

2.18 Ukawafi

Ukawafi ni utungo wa mishororo mine yenye mikondo ya mizani sita kwa nne kwa tano. Kuna tungo nyingine ambazo hisabu za mizani yake ni tafauti kidogo, kwa mfano unaweza kuona kawafi za mkondo wa sita kwa tano kwa sita. Kawafi nyingine zina vina katika mizani ya sita na mwisho, katika mishororo mitatu ya kwanza ya kila ubeti. Sauti ya mwisho wa kila

---

32 Nasir, Sayyid Abdallah bin Ali, baadaye, Abdallah; Nabhany, mswada, na Maawy, Mombasa, 1976.

33 Ahdal; Zena, kilimbo Mombasa 1973 na Nabhany, mswada, Mombasa, 1973.

ubeti huwa moja pia mfano wa tenzi na Dura Manduma. Mfano unaofuata ni wa beti mbili katika utungo uiwao **Kozi Na Ndiwa**:

1. Nanda kubaini kwa isimu yake Karimu
   Na Arahamani baadaye k'iirasimu
   Nanda kwa lisani k'isiliza kwa Arahimu
   Apate kutupa Mola wetu majaza mema

2. Baada ya kwisa kumtaya Mola Jalali
   T'afuata sasa Muhamadi T'umwa Rasuli
   T'afuata kisa Maswahaba pamwe na ali
   Swali wa salimu 'Alayhi watasilima[34]

Kuna tungo nyingine za bahari ya ukawafi ambazo hazina vina katika mizani ya sita ya mishororo mitatu ya awali kama katika mifano iliyotangulia, bali ina viwango katika mizani hiyo.

2.19 Wajiwaji

Wajiwaji ni utungo wa mishororo mitano ya mkondo wa sita kwa nne kwa tano. Tumegundua aina mbili za Wajiwaji. Aina ya kwanza ina vina katika mizani ya sita na mwisho, na aina ya pili mizani ya sita huwa ni kiwango tu. Mfano ufuatao wa utungo uitwao **Dua Ya Kuomba Mvua**, wa beti kumi na nane, uliotungwa na Sayyid Muhyiddin bin Sheikh Qahtan (1798 1869?), ni wajiwaji wa beti za mishororo mitanomitano na sauti au kina cha mwisho ni cha ma:

1. Nanda kubutadi kwa Isimu Yake karima
   Kuomba Wadudi Mtukufu Mwenye Adhama
   T'umwa Muhammadi naswaliya Kiumbe chema
   Nipate miradi ufurahi wangu mtima
   Siku ya tanadi waja asi wakilalama

---

[34] Nabhany, mswada, Mombasa, 1982

2. Na alize thama   wateule wenye ajiri
   Wenye swifa njema   simba zake   T'umwa Bashiri
   Ni siku ya kwima   k'ondo zetu   ndiyo shururi
   Ndiyo wenye shima   waketele   dhuli na ari
   Siku ya Qiyama   waokene   na Jahanama[35]

Jina la Wajiwaji ni jina la utungo maalumu pia. Utungo wa beti ishirini na tatu uliotungwa na Sayyid 'Umar bin Amin Al Ahdal ambao hauna vina katika mizani ya sita, bali ni viwango tu. Angalia mfano:

1. Bisimililahi   nabutadi   yangu nudhuma
   Na alihamdu   kiratili   kama kusoma
   Swala na salamu   nda Mtumi   na walo nyuma
   Ali na Swahaba   na dhuriya   wenye karama
   Na wafuweseo   wafuwasi   twariki njema

2. Nduza na wendani   pulikani   nina shauri
   P'enda kuuonya   moyo wangu   kwa ushairi
   Utaghafaliye   hawandami   ndiya ya kheri
   Bahati nda mja   mwenye moyo   wa tafakuri
   Asa nami k'awa   kama hoyo   moliwa zema[36]

2.20 Tiyani Fatiha

Tiyani Fatiha ni jina la utungo maalumu na vilevile ni jina la bahari yenye kufuata arudhi ya utungo huo. Utungo wa Tiyani Fatiha una mizani na vina, lakini mishororo mingine huwa na mizani nyingi na mingine kidogo, na ubeti wake huwa na mishororo tisa. Mishororo miwili ya kwanza aghlabu huwa mkondo wa mizani sita kwa sita. Mshororo wa tatu na wa nne aghlabu huwa mkondo wa tatu kwa nne. Mshororo wa tano, sita na saba aghlabu huwa mkondo wa mizani nne kwa nne, na mshororo wa nane na tisa huwa na mizani

---

35 Qahtan, Sayyid Muhyiddin bin Sheikh, baadaye Qahtan; Nabhany, mswada, Mombasa, 1982
36 Ahdal; Nabhany, mswada, Mombasa, 1982.

sita kwa sita. Mfano unaofuata ni ubeti wa kwanza katika beti tano za utungo wa Tiyani Fatiha wenyewe, uliotungwa na marehemu Bibi Rukiya binti Fadhil al Bakary wa Lamu (1892 1968)[37]:

>Tiyani Fatiha   tuombe Rabana
>Huinadi twaha   na Mursalina
>Kwa nyut'e   jamiina
>Ya Ilaha   Sayidina
>Mshabaha   Wewe huna
>Kwa swahiha   huniona
>Moyo raha   wangu sina
>Taka mswamaha   tubu alayna
>Rabi ina Llaha   maa swabirina [38]

2.21 Wawe

Wawe ni tungo zinazoibwa na wakulima khasa katika sehemu za Kaskazini ya Mwambao, katika sherehe maalumu ambayo tutaizungumza katika sehemu ya "Utendakazi wa Tungo." Tungo hizi huimbwa kwa mahadhi maalumu. Wawe ni tungo zilizoelekeyana, kwa kadiri fulani, na tenzi na mara nyingine na tumbuizo, kwa sababu mara nyingine huwa na mizani na vina na mishororo kama tenzi na mara nyingine huwa haina mizani kama tumbuizo, lakini mishororo yake haiwi mirefu kama inavyoweza kuwa ya tumbuizo. Angalia mfano unaofuata:

1. Bismilahi chwambe   na Mungu chumwombe
   Mvumba dhiumbe   na it'i ya nane

2. Mvumba dhiumbe   na mbudhi na ng'ombe
   T'ini na dhiombe   wana wa t'awau

---

37 Tarehe ya maisha yake nimepewa New Jersey, 1982 na mjukuu wake Abdul Aziz Mahmud Fadhil.
38 Rukiya bint Fadhil Al-Bakary; Zena, Mombasa, 1966

3. Mvumba ridhiki ni Mola wa haki
   Hakuna mmoya Asahauo

4. Tena nalikuukaye wavulana wakatoka t'ini
   Kwa mili Kusini
   Wakiona pwani hariya Shungwaya

5. Nao walidirikana wadhee kwa vana
   Mchumwa na mngwana mahali pamoya

6. Wakamba chwendenichwendeni chuisikiliyeni
   Na kisha Churudini bandari salama[39]

2.22 Kimai

Kimai ni tungo zinazoimbwa kwa mahadhi maalumu kwa sababu maalumu zinazokhusu mabaharia na safari za bahari. Tutazungumza mambo haya katika sehemu ya "Utendakazi wa Tungo." Kimai ni bahari ya utungo inayoshabihiyana mara nyingine na wawe na mara nyingine na utenzi na mara nyingine na ushairi, hata na wimbo pia. Tafauti kubwa baina ya wawe na kimai iko katika sauti za kuimbia tungo hizo na katika 'sherehe' zenyewe – tungo za wawe zinakhusu mambo ya ukulima na za kimai zinakhusu mambo ya bahari na usafiri lakini katika siku za karibuni, na kwa vile wengi hawaelewi sawasawa sababu za kuimba wawe na kimai, basi utaona tungo za huku zikiimbwa kule na za kule zikaimbwa huku na wale wasioelewa. Tazama mfano huu wa kimai wa zamani:

1. Mwana wa mai na kale mvuzi na kanda langu
   Kufa mai nizowele kufunda ni kazi yangu
   Mwana wa mai na mai mai yatanitendani

2. Mwana wa mai na mai mai yatanitendani
   K'ifa mai muuyani nizikani kizimbwini
   K'ifa mai bandarini nizikani ufuoni

---

39 Nabhany, kilimbo, Mombasa, 1983.

3. Nikifa mai ungama   nimekufa kwa kuwama
   K'afanya *taratibu*   mwana k'ampa iwee
   K'afanya *taratibu*   mvuli k'ampa mbee
   K'afanya *taratibu*   p'wani k'aegesha mbee[40]

Ukiangalia vizuri na kuhisabu mizani za mitongoo ya tungo za juu, utaona katika kifungu cha kwanza na cha pili, maneno yameteremka kwa mizani nane kwa nane, lakini katika mshororo wa pili, wa tatu na wa nne wa kifungu cha tatu utaona mizani zimebadilika. Katika kifungu hiki, mshororo wa pili una mizani kumi na tano, na wa tatu na wa nne una mizani kumi na nne kila mmoja, na hauna vina vya kati. Utaona vilevile kuwa vina vyake haviteremki kila mara.

2.23 Sama

Tungo za **sama, sauti** au **mahadhi** ni tungo ambazo hufuata sauti maalumu za mahadhi (muziki). (Lakini inafaa tukumbuke kuwa mengi katika mahadhi yanayopigwa Uswahilini hukubaliana na tungo za bahari ya wimbo – na ndiyo sababu moja ya bahari ya wimbo kuitwa kwa jina hilo – Lakini kuna mahadhi yasiyooana na tungo za bahari ya wimbo wala bahari yoyote nyingine inayojulikana na Waswahili.) Iwapo mtungaji atatunga utungo kufuatiya midundo ya mahadhi au musiki, na midundo hiyo haioani na bahari yoyote inayojulikana Uswahilini, basi utungo wake utaingia katika fungu hili la sama. Mahadhi ya ala yako namna nyingi na kila kukicha wanamahadhi wa nchi mbalimbali hutunga mahadhi mepya yenye kufuata midundo mipya. Mtungaji akivutiwa na sauti, au mahadhi maalumu ya sauti za ala, huweza kutunga maneno yake kwa mizani kufuatisha sauti na midundo ya mahadhi hayo. Watungaji mahodari wa Kiswahili hukoma kwa kina kila penye kikomo cha mahadhi yenyewe, ili kuburudisha sikio la msikilizaji wa Kiswahili ambalo limezoea kusikia sauti za vina katika tungo zao. Mahadhi yako mengi sana yaliyotungiwa tungo za Kiswahili, na hatuwezi kutoa mifano hapa ikafidia wingi wa tungo za aina hii, lakini nitatoa mfano wa beti mbili wa utungo maarufu uliotungwa na Sheikh Ahmed Nabhany ulioimbwa na Zein el Amudy

---

[40] Nabhany, kilimbo, Mombasa, 1983

katika chama chake, kufuatiya mahadhi maarufu ya zamani ya Kiswahili. Mahadhi haya yalihitajia utungo wa beti za mishororo miwilimiwili zenye mizani 6 kwa 6 katika mshororo wa awali na mizani 10 kwa 6 katika mshororo wa pili:

1. Nipigiya ngoma ipande kitwani
   Na kila msondo ukivuma nipande shetwani

2. Nimete kiruka kwa pumbao lake
   Aone raha wangu mzuka arushe mateke[41]

Iwapo utapeleleza mwenyewe katika kusikiliza nyimbo zinazoimbwa utaweza kugundua mambo kadha wa kadha. Kwa mfano, Kama tulivyotaja, utagundua kuwa tungo nyingi zinazoimbwa na Waswahili ni za bahari za wimbo zenye mikondo ya mizani nane kwa nane. Tungo hizi hukubaliana sana na sauti nyingi za Kiswahili, kwa sababu midundo yake inakubaliana na mizani hizo za tungo. Inaonesha kuwa midundo ya muziki za Kiswahili na tungo nyingi ni kama mume na mke – zimeoana. Lakini, kwa mazoea haya, utaona baadhi ya waimbaji wakilazimisha tungo za aina hizi kuimbiya mahadhi, khasa yanayotoka ng'ambo, ambayo huhitajia tungo ama zenye mizani kasoro au zaidi ya nane kwa nane; na matokeo ya uimbaji wa aina hii huwa, siku zote, unaumiza sikio, kwani muziki huwa haikubaliani na mizani za tungo.

2.24 Tukimaliza juu da arudhi

Tukimaliza maneno yetu kukhusu arudhi tunaweza kusema kuwa ingawa kuna bahari zilizoelekeana, ama kwa idadi ya mishororo yao au kwa hisabu za mizani na mipango ya vina, khasa katika ukurasa wa karatasi, lakini bahari hizo tulizozieleza ni tafauti. Tafauti zake huweza kuwa zinatokana na sauti zake za kuimbia na/au pengine matumizi yao na/au hata katika idadi ya mishororo na/au mizani na/ au mipango ya vina. Lakini jambo muhimu lililofanya bahari hizi kuwa ni tafauti linatokana na wajuzi wenyewe wenye kuzitungia na kuzitumia bahari hizo katika maisha yao. Wao ndio waliopiga

---

41 Nabhany, Mombasa, 1983

mafungu hayo. Si mahala pangu katika kitabu hiki kujaribu kupanga vingine hata iwapo hayo huenda yakaonekana yanaingia akilini zaidi katika kurasa hizi za kitabu na katika bongo za wendao shule.

2.25 Kaluta Amri Abedi na sharia za kutunga

Katika sehemu zilizotangulia tumejaribu kueleza, kwa ufupi, juu ya maumbile ya bahari mbalimbali na baadhi ya mikondo yake katika tungo za Kiswahili. Yamkini kuwa kuna bahari nyingine ambazo sikuzitaamali. Iwapo hili ni kweli, basi itakuwa ni wajibu wa huyo anayeelewa zaidi kutuongezea tusiyoyajua. Kaluta Amri Abedi hakufanya kosa lolote alipoandika ayajuayo juu ya tungo, ingawa leo tunaweza kumtoa makosa mengi. Lakini kumtoa makosa Kaluta leo, miaka isiyopungua thalathini tokea alipochapisha kitabu chake mara ya kwanza, si uhodari, kwa sababu ujuzi wetu juu ya khabari za tungo za Kiswahili – iwapo si kutunga kwenyewe – umeendelea mbele, tukifananisha na wakati na mazingira ya Kaluta. Kwa hivyo, katika kumtoa makosa Kaluta hivi sasa ni kwa madhumuni ya kutimiza wajibu wetu wa kupeleka mbele masomo na elimu, hasha si kuonesha uhodari.

Maneno yanayotumika katika kuelezea khabari za tungo ni mengi, na mengi katika maneno hayo huweza kumbabaisha mtu asiyeelewa kuliko kumtatulia mambo, au kutokumsaidia mwanafunzi kuelewa tafauti anazoelezwa. Moja katika hayo ni neno **shairi**. Kaluta analitumia neno hili na wingi wake, yaani **mashairi**, kwa maana mbili bila ya kututatulia. Analitumia neno **shairi** katika mwahala ambapo anakusudia tungo za aina yoyote, na hapo ingefaa atumie neno **tungo** au atubunie, badala yake, neno jingine litakalofafanua matumizi hayo mawili mbalimbali. Analitumia neno **shairi** pia anapokusudia utungo maalumu wenye jina hilo.

Mwandishi, vilevile, ametumia maneno **tathlitha** na **takhmisa**, (uk. 11), katika kutueleza bahari mbalimbali, na huku tunagundua kuwa bahari hizo hujulikana zaidi kwa majina mengine. Bahari aliyoiita tathlitha ni ya wimbo; maana tungo zenyewe ni za beti za mishororo mitatumitatu, na utungo wa mishororo mitatu hujulikana zaidi kwa jina la wimbo. Vilevile, ile mifano aliyoiita takhmisa kumbe ni bahari ya ushairi, na mfano alioutumia, ingawa si wa dasturi, lakini ni mkondo wa ushairi wa mishororo mitano badala ya mine. Lakini iwapo Kaluta mwenyewe alipendelea kutumia maneno hayo yanayokhusiana na idadi ya mishororo, basi ingelimsaidia mwanafunzi zaidi iwapo Kaluta angeliendele kwa mpango huo; kwa mfano, utenzi angeuita 'tathniya,' (yaani 'upili'); shairi la mishororo mine na inkishafi na ukawafi aziite 'tarbiya' (unne), ingelikuwa ni sawa pia kuita wimbo, 'tathlitha' (utatu), na utungo wenye mishororo mitano, 'takhmisa.' Mwandishi angeweza pia kuiita mipango hiyo: upili, utatu, unne na utano. Kaluta angelifululiza kwa mpago huu, basi nisingehoji mpango wake, ingawa kugawa mafungu ya tungo kwa hisabu za mishororo pekee ungelikuwa ni mpango mpya na sivyo wanavyoelewa wajuzi wengi wa Kiswahili. Mpango huu ungelikubalika

kwa sababu ungelikuwa umeshuka kwa mshuko mmoja unaofahamika sawasawa bila ya matatizo, na hoja ya mgawanyo wa aina hiyo iko wazi kabisa.

Katika mfano wake wa kwanza anapotuonesha "Vina penye mizani ya 6 na mwisho," (uk. 4) kumbe ni mfano wa bahari ya ukawafi; kweli una vina penye mizani ya sita na mwisho, lakini una na viwango katika mizani ya kumi na moja pia. Angalia mfano wenyewe:

> Leo nakuasa   Kheri jepushe   hizo naghama,
> Kisa kwa mkasa   kwani kisasi   kina uzima,
> Wakati ni sasa   sijonge kesho   fanya mapema,
> Na asiyekosa   ni Mola wetu   mwenye rehema.

Mfano wake wa pili (uk. 4) pia ni wa ukawafi, hilo hakulijua. Angalia huo mfano wake:

> Ela itabiri   ewe malenga   usiyesoma,
> Siyo jauri   ulivyopanga   si mandhuma,
> Wasifia pori   lililofunga   kwa michongoma,
> Lisiloathiri   ila wajinga   wasiosoma.

Mfano wake wa pili wa tenzi (uk.13 na 14), kumbe si tenzi kamwe, ni mfano wa bahari ya inkishafi. Ingawa kuwa Kaluta ametambua kuwa ni mfano wa inkishafi, lakini hakujua kuwa bahari ya inkishafi si bahari ya utenzi. Kaluta anaendelea kutueleza haya:

Ukitaka kuzitilia vina vya kati tenzi za aina hii, mahali panapofaa kama nilivyokwisha kueleza, ni katika silabi ya sita; kama hivi:

Dunia bahari   ina mawimbi,
Sione shwari   ukamba simbi,
Ukiivinjari   ina vitimbi,
Mbisho na tufani   zisumbuao.

Lakini Kaluta hakujua kuwa kumbe kule kutia vina vya kati katika tungo za aina hiyo kumegeuza utungo kuwa si bahari ya inkishafi tena, bali ni ya ushairi! Hali kadhalika, zile tungo anazoziita "Mashairi Yasiyo na Vina vya Kati," yenye kueleza maana tafauti ya neno moja (uk. 9), kumbe si mashairi, bali ni mifano ya zivindo.

Vilevile Kaluta anawanasihi mafundizi watumie mambo kadha wa kadha ambayo huleta vina vya tayari; mambo ambayo, kwa wenye kuelewa, hufanya tungo kuwa dhaifu; ndipo wajuzi wa tungo za Kiswahili wakaviita vina vya namna hiyo "vina vya kulazimisha" au "vya kuibia." Kwa mfano, Kaluta amewanasihi mafundizi watumie vina vya ' le' (uk. 18), na hiyo si nasaha nzuri. Kwa mwenye kuelewa ataona mara moja kuwa utungaji wa aina hiyo ni dhaifu. Ndipo niliposema kuwa sijui Kaluta amemsaidia fundizi kuelewa tungo za Kiswahili, au amemkorogea mambo mpaka mwanafunzi huyo asiwe na msingi mzuri? Lakini jambo moja ni dhahiri, nalo ni kuwa kitabu cha Kaluta hakikuwa na upungufu wa wasomaji, khasa katika shule za Tanganyika na katika Chuo Kikuu cha Dar es Salaam; na wengi ya wanafunzi kuamini kuwa yaliyosemwa katika kurasa chache juu ya sheria za tungo za Kiswahili ni sawa! Imani hiyo, na inayokurubiya hiyo, ndiyo moja katika sababu kubwa za mzozo baina ya wanaojiita 'wanamabadiliko' na wale wanaowaita 'wanajadi' au 'wanamapokezi' Tutazungumza zaidi juu ya mizozo hiyo katika Mlango wa Sita.

MLANGO WA TATU

TAREHE YA ARUDHI NA MENGINEYO MUHIMU

3.0 Utangulizi

Kuna mambo mane katika tungo za Kiswahili ambayo yameingiliana kwa kadiri kubwa sana. Kwanza, kila arudhi ya tungo za Kiswahili, kwa dasturi, huwa na utendakazi wake maalamu. Pili, tungo zenyewe za Kiswahili, mbali na arudhi, zina matumizi yake au utendakazi wake katika maisha ya Waswahili. Tatu, mipango ya arudhi imefungamana sana na sauti za midundo ya ngoma na ya mahadhi. Nne, watungaji wa Kiswahili huwa ni sauti muhimu ya watu wao wanoishi nao, na mara kwa mara – iwapo mtungaji ni shaha au malenga wa kweli–huendewa na watu wake kuombwa awatungie juu ya mambo yao ya maisha ya kila siku; haya ni mbali na ayatakayokuyatunga mwenyewe. Kwa ufupi basi haya ni mambo mane, kila moja lina utendakazi wake katika maisha ya Waswahili na kila moja katika haya limefungamana na jingine.

Mapenzi na matumizi ya tungo na mahali pake maalamu katika mila ya Waswahili ni jambo nitakalolizungumza katika Mlango wa Nne. Katika mlango huo tutaonesha pia ukhusiano mkubwa ulioko baina ya arudhi na utendakazi wa tungo. Jukwaa maalumu alilopewa shaha au malenga na mfano wa kazi aifanyayo kwa watu wake tutaizungumza mahali pengine siku za mbele. Katika mlango huu tutaanza maneno yetu kwa kueleza juu ya tarehe ya arudhi, kwa ufupi, kwa madhumuni ya kumuonesha mwanafunzi asili ya arudhi na namna ilivyozaa na kujukuu, kwa mlolongo, bahari mbalimbali. Halafu, tutaeleza sababu chache zinazotokana na kiunzi cha lugha zilizowapelekea Waswahili kupenda tungo za mizani na vina. Sababu nyinginezo zilizotokana na hisiya na shauku inayosababishwa na mila hatutaweza kuzizungumza hapa. Nasikitika sana kuwa katika kitabu hiki hatutaweza kuzungumza juu ya ukhusiano mkubwa ulioko baina ya arudhi na midundo au ngoma na sauti za mahadhi. Sababu kubwa ya kutoweza kueleza haya, katika kitabu hiki, ni kuwa mifano ya sauti za mahadhi na midundo ya ngoma ni mambo yanayokhusiana, zaidi sana, na masikizi, na kuwa mifano hiyo ni vigumu kuifahamisha kwa maandishi. Mwishowe tutazungumza, kwa ufupi, juu ya namna mbili za matumizi ya lugha – mafumbo na misemo – ambayo hutumiwa sana katika tungo za Kiswahili.

3.1 Tarehe ya Arudhi kwa ufupi

Inasemekana kuwa Fumo Liyongo wa Baury, akiwa ni mtungaji wa zamani ambaye ameturithisha tungo zake, kuwa ametunga tungo hizo kwa bahari mbili. Bahari mbili hizi ni 1) utenzi na 2) utumbuizo; na maarufu katika tumbuizo za Fumo Liyongo ni utumbuizo wa mkondo wa Kiyakazi Sada. Liyongo aliutunga utumbuizo wa Kiyakazi Sada alipokuwa gerezani kumtungia mama yake ili kumwambia ampikie mkate na ndani yake afiche tupa ya kukerezea pingu. Kama tulivyoeleza katika sehemu ya arudhi ya Kiyakazi Sada, utungo huu hauna beti, lakini mishororo yake ina viwango vilivyogawika kwa mizani sita, nne na tano, na kwa jumla mizani za kila mshororo ni kumi na tano. Baadhi ya tungo za namna nyingine zilizotungwa baada ya Fumo Liyongo ni Hamziya uliotungwa na Sayyid 'Idarus bin 'Uthman katika mwaka wa 1749 na pia Inkishafi na Wajiwaji wa Liyongo baina ya 1720 na 1820. Vilevile, Ukawafi wa Kozi na Ndiwa katika karne mbili zilizopita. Inaonesha kuwa bahari ya ukawafi pia imeanza kutungiwa katika karne mbili zilizopita. Tukichungua tafauti zilizomo katika tungo hizi tunagundua kuwa katika bahari ya Hamziya, mara kwa mara mikondo yake inagawanyika kwa mizani sita, nne kwa tano; Wajiwaji na Ukawafi pia zina viwango vilivyogawika kwa mizani sita, nne kwa tano. Tafauti zao ni ndogo, nazo zinatokana na idadi ya mishiroro; hazitokani na tafauti ya mizani wala mipango ya vina. Katika bahari ya utumbuizo, muimbaji hutua kwenye kina, na penye kina ndipo anapotua maneno pia. Kwa hivyo, tunaweza kusema kuwa kila mshororo ni ubeti, au tunaweza kujadili kuwa utungo mzima ni ubeti mmoja. Vyovyote utakavyopenda kuamua, utungo wa Kiyakazi Sada wa Fumo Liyongo una viwango vya mizani kama zilizomo katika wajiwaji na ukawafi na katika mishororo mingi ya Hamziya.

Iwapo utumbuizo wa Fumo Liyongo una mizani sita, nne na tano kila mshororo au ubeti, na Hamziya mara kwa mara imetumia hisabu hiihii, lakini kila ubeti una mishororo miwili, na ukawafi pia una viwango na mizani kama hizi lakini kila ubeti una mishororo mine, halikadhalika Wajiwaji una viwango na mizani hiihii, lakini una mishororo mitano kila ubeti, basi ni wazi kabisa kuwa tungo hizi zina ukhusiano mkubwa sana upande wa mizani zao. Tafauti ndogo inapatikana katika bahari ya Dura Mandhuma au Inkishafi, nayo ni kuwa haina kiwango cha kati katika mishororo yake. Kila mshororo una mizani sita kwa tano. Lakini ni wazi pia kuwa mgawanyiko huu una ukhusiano usiokuwa mdogo na utumbuizo wa Fumo Liyongo, Hamziya, ukawafi na wajiwaji.

Inamkini sana kuwa mipango ya arudhi ya Kiyakazi Sada alioutunga Fumo Liyongo alipokuwa gerezani ndiyo iliyozaa bahari ya hamziya, na kujukuu upande mmoja, bahari ya Wajiwaji na ya Ukawafi, na upande wa pili, bahari ya Inkishafi au Dura Mandhuma, na kutukuu bahari ya Tiyani Fatiha. Mlolongo huu wa asili ya tungo za Kiswahili tulizozitaja unazidi kuwa na nguvu tukiangalia tarekhe za watungaji wenyewe wa kwanza waliotunga kwa bahari hizo.

Fumo Liyongo ametunga pia kwa bahari ya utenzi kama tunavyoona katika utenzi wake alioutunga kumsifu mkewe, utungo ambao unajulikana kwa jina la Mwana Manga (angalia utenzi mzima katika Mlango wa Nne). Tukichungua tunagundua kuwa bahari ya utenzi ina mishororo miwili, ya wimbo mishororo mitatu na ya ushairi mine. Tukitafiti zaidi, tunagundua kuwa mizani inayopendwa sana ni ya mizani kumi na sita kila mshororo na mipango ya vina inayopendwa zaidi na watungaji wengi katika bahari hizi ni yenye vina katikati na mwisho, yaani vina katika mizani ya nane na ya kumi na sita katika kila mshororo. Kwa mlolongo wa mawazo kama huu tunaweza kukisia kuwa bahari ya utenzi imezaa bahari ya wimbo na imejukuu bahari ya ushairi, na imetukuu bahari ya zivindo. Lakini inamkini pia kuwa wimbo ndio uliozaa utenzi na shairi, au kuwa shairi ndilo mzazi wa awali, ingawa kuwa hili la mwisho halina ushahidi wenye nguvu. Kwa hali yoyote, uhusiano baina ya utenzi, wimbo, ushairi na zivindo, katika mipango yake ya mizani na vina, uko wazi kabisa. Ukichungua zaidi utaona kuwa bahari zote tulizozieleza zina uhusiano wa karibu na, nyingine, wa mbali kidogo.

Ni taabu kubuni nyimbo za ngoma na bahari za wawe na kimai zimeanzia karne gani, kwani sikupata ushahidi unaonipa fununu ya karne ngapi Waswahili wamekuwa wakiimbana ngomani kwa namna ya wimbo wa ngoma kama vile ya Kipate au cherewa inayochezwa Pemba; wala tokea karne gani Waswahili wamekuwa wakikusanyika katika makonde yao ili kusaidiana na katika kusaidiana huko, tokea karne gani wamekuwa wakiimba tungo za wawe. Halikadhalika, sijapata fununu, yenye kunipa ushahidi mzuri, tokea karne gani Waswahili wamekuwa Wakiteremka pwani na kuimba kimai; bali inaonesha kuwa 'sherehe' za wawe na kimai na nyingi katika tungo zake si za juzi na jana.

3.2 Baadhi ya mambo mengineyo yanayotumika katika tungo

Kwa karne nyingi sana Waswahili wamekuwa wakitunga kwa vina na mizani; hata umefika wakati – si leo bali tokea karne zilizopita – kuwa, kwa Mswahili, maneno yasiyokuwa na vina na mizani, (isipokuwa katika tumbuizo, ambazo zina vina tu), huwa hayaonei utamu na hayaiti tungo. Iwapo utungo utakuwa umekosea "hisabu" za mizani na vina, utungo huo huambiwa una *guni*. Kwa nini basi Waswahili wakawa wanatunga kwa vina na mizani? Sidani kama kuna binadamu atakayeweza kutueleza sababu kamili zilizowapelekea Waswahili kutunga kwa namna hiyo, kwani baadhi ya sababu hizo zinatokana na mambo yanayokhusu fikira na mapenzi ya watu ambayo yanatoka mbali na yenye mizizi mirefu ya urithi wa kimila. Lakini tunaweza kueleza sababu chache tu ambazo zinatokana na maumbile ya lugha yenyewe.

Moja katika sababu ya Waswahili kutunga kwa vina na mizani inatokana na maumbile ya lugha yenyewe. Katika sehemu zilizopita, zenye kuzungumza juu ya arudhi, tumeongea juu ya mambo kadha wa kadha yanayooonesha vipi upatikanaji wa vina na mizani ni jambo jepesi. Katika utaratibu wa lugha hii kuna na mambo mengineyo ambayo yamefanya upatikanaji wa vina kuzidi kuwa ni jambo jepesi. Hatutaweza kutoa mifano yote inayohusikana na jambo hili, kwani mambo hayo yanayofanya upatikanaji wa vina kuwa ni jambo jepesi katika lugha hii ni mengi. Lakini, hapa tutatoa mifano michache tu ili kumzindua msomaji, na aliye na buswara hataacha kugundua na kuongeza mifano yake mwenyewe.

3.3 Kutokana na kiunzi cha lugha.

Lugha ya Kiswahili ni mojawapo katika lugha za kibinadamu ambazo muundo wa maneno yake, kwa dasturi humalizikia kwa sauti wazi au *irabu*, yaani a, e, i, o na u. Huku kumalizikia kwa sauti za irabu kumefanya maneno mengi ya Kiswahili kumalizikia kwa sauti chache zaidi tukilinganisha na lugha ambazo maneno yake humalizikia kwa sauti za irabu na za herufi au *harufu*, yaani b, c, d, f na kadhalika. (Tukitafiti zaidi, tunagundua kuwa maumbile ya maneno yenyewe ya Kiswahili yanafuata mlolongo wa herufi irabu herufi irabu na kadhalika). Kwa sababu hii, maneno mengi ya Kiswahili yanamalizika kwa sauti za milingano mwishoni. Kama tulivyokwisha kuona, sauti za aina moja za mwisho wa maneno zinazotokeza baada ya mizani maalumu katika mishororo ya utungo ndizo sauti za vina. Tokea kale Waswahili waligundua maumbile haya ya lugha yao na kuyatumia katika tungo zao; na kila walipoyatumia zaidi, walizidi kuyaonea raha zaidi; hata umefika wakati ambao ishara muhimu kuliko zote za kumjulisha Mswahili kuwa anachokisikiliza huenda kikawa ni tungo, ni hizo sauti za vina na sauti hizo zikitokeza kila baada ya hisabu maalumu za mizani, basi humpa Mswahili ishara zaidi inayomzindua kuwa anachokisikiliza kina maumbile ya tungo.

3.4 Kutokana na sarufi tunapata vina vingi vya tayari.

Sarufi ya Kiswahili ina maneno mengi yenye sauti za vina; maneno ambayo **huzidi** kufanya utumiaji wa vina, katika kutunga, kuwa ni jambo jepesi. Kwa mfano, maneno mengi yanayoitwa *vitendo* huweza kuunganishwa na viungo venye sauti fulani maalumu na kubadilisha maana katika vitendo venyewe. Kwa mfano, tunaweza kuunganisha viungo hivi vifuatavyo na vitendo: w , an , ish , ik na ya . Kutokana na mzizi *pig* wa neno *piga* tunaweza kupata maneno haya: *pig*wa, *pig*ana, *pig*isha, *pig*ika na *pig*iya. Angalia mfano ufuatao wa maneno mbalimbali:

Pigwa	pigana	pigisha	pigika	pigiya
Semwa	semana	semesha	semeka	semeya
Somwa	somana	somesha	someka	someya
Alikwa	alikana	alikisha	alikika	alikiya
Liwa	lana	lisha	lika	liya

Ilivyokuwa vitendo vingi vinaweza kuunganishwa na viungo hivi, na ilivyokuwa viungo hivi huja mwishoni mwa neno, basi kupata sauti ziada za vina kumezidi kuwa ni jambo jepesi katika Kiswahili. Lakini watungaji waliohitimu hawapendelei kutumia vina vya aina hii ila kwa dharura tu. Kutumia sana **vina** vya *tayari*, kama viitwavyo na wajuzi, huwa ni mfano wa *kuibia* na hufanya utungo kuwa *dhaifu*. Angalia mfano wangu wa ubeti ufuatao na utaona namna nilivyotumia vina vya tayari vya -*shwa* na -*ana*:

Jamaa mu*ta*teteshwa   na mwisho mu*ta*gombana
Na nyoyo zenu kufishwa   mupate kuchukiyana
Kisha mu*ta*pambanishwa   ili roho ku*to*wana

Majina mengi pia huweza kuungwa mwishoni na kiungo cha ni na kuleta vina vya tayari. Kwa mfano, nyumba ikawa nyumbani, utuku (soko) ikawa utukuni, kabati ikawa kabatini na kadhalika.

Vilevile kuna na mambo mengine mengi ya maumbile ya utaratibu wa lugha hii ambayo yanazidi kufanya upangaji wa vina kuwa kitu cha urahisi. Kwa mfano, kuna mtindo wa kumaliza vitendo fulani kwa sauti ya le bila ya kubadilisha maana; neno *shuka* likawa *shukile*, *dharau* likawa *dharawile*, *kimbia* likawa *kimbile* na kadhalika. Watungaji mahodari kama Muyaka bin Haji Al Ghassany (ma 1760 1840) wa Mombasa walitumia sana maneno kama hayo; lakini katika nyakati za Muyaka maneno mengi hayo yalikuwa ni lugha ya kawaida kwao, kwa hivyo, Muyaka hakuvilazimisha sana vina katika tungo zake kama watendavyo baadhi ya mafundizi wetu wa leo, yaani kubadilisha maneno ya vina tokea mwanzo hadi mwisho wa tungo zao ili kupata vina. Ukiangalia mifano ya beti za Muyaka utaona jinsi alivyotumia mpango huo kwa nadra tu na kwa kufuata lugha ya zamani zake. Angalia mfano ufuatao:

Kimya kina mshindo mkuu   ndivyo wambavyo wavyele
Kimya chataka k'umbuu   viunoni mtatile
Kimya msikidharau   nami sikidharawile
Kimya kina mambo mbele   tahadharini na kimya[42]

Hii sauti ya -*le* yenye kuweza kutumiwa katika vina, hupatikana pia katika maneno yenye kuonesha ishara ya umbali:

Yule, wale, kile, vile, ile, zile, ule, lile, yale, kule na pale.

Kuna na viungo vinginevyo ambavyo huwa ni vina vya tayari kabisa. Kwa mfano, kutokana na viungo -*angu*, -*ako*, -*ake*, -*etu*, -*enu* na -*ao*, tunaweza kupata miliki zifuatazo:

Wangu	wako	wake	wetu	wenu	wao
Changu	chako	chake	chetu	chenu	chao
Vyangu	vyako	vyake	vyetu	vyenu	vyao
Yangu	yako	yake	yetu	yenu	yao
Zangu	zako	zake	zetu	zenu	zao
Langu	lako	lake	letu	lenu	lao
Pangu	pako	pake	petu	penu	pao
Kwangu	kwako	kwake	kwetu	kwenu	kwao

Angalia mfano wa maneno yangu yaliyotegemea sana maneno haya, na utaona jinsi yanavyochocha kwa mwenye kuelewa:

Twaa chako si changu si chao si chake
Hili lako si langu si lao si lake
Keti kwako si kwangu si kwao si kwake

---

[42] Al Ghassaniy, Muyaka bin Haji, baadaye Muyaka; Abdulaziz; Mohamed H., baadaye Abdulaziz, Muyaka, Kenya Literature, Nairobi 1979. uk. 194, pia Hichens, W., baadaye Hichens, Diwani ya Muyaka bin Haji Al Ghassaniy, University of the Witwatersrand, Johannesburg, 1940, uk. 63

Tungo za namna hii zenye kutegemea sana mambo yanayopatikana tayari katika maumbile ya utaratibu wa lugha hii hutambuliwa mara, na wajuzi, kuwa ni tungo zenye udhaifu. Katika tungo za aina hii pia kuna na zile ambazo huchukua mambo ya nahau ya Kiarabu. Kuyamalizia majina kwa sauti ya *ti*, kwa mfano, *Jabari* likawa *Jabaruti*, na kubadilisha maneno kama risala yenu ikawa risalakum ni mifano ya mbinu dhaifu hizo.

3.5 Tungo nyingi zina tafauti ndogo na lugha ya kawaida.

Hata tukitoa maneno yenye vina vya tayari yanayotokana na maumbile ya lugha na yanayotokana na mbinu za kutunga zenye udhaifu, tunagundua kuwa lugha ya Kiswahili ina maneno mengi sana yenye kumalizikia kwa sauti za milingano. Maneno hayo yenye udhaifu pamoja na maneno yanayotokana na maumbile ya utaratibu wa lugha hii, yamezidi kuongeza msamiati wa maneno yenye sauti za milingano kuwa ni mengi. Hata umefika wakati, si leo, bali kitambo kabla ya zama zetu kuwa watungaji wa Kiswahili walikuwa wakitunga tungo zao, na mara nyingi sana tafauti baina ya maneno ya tungo na maneno ya kawaida ikawa ni ndogo sana. Tafauti hii, zaidi, inatokana na vina na mizani. Tukipeleleza tunagundua kumbe watungaji wa Kiswahili hawana haja ya kujikakamua na kujisumbua ili wapate vina na mizani katika tungo zao. Yaani, tunaweza kusema kuwa mtungaji wa Kiswahili, hata akiwa si hodari sana, hana shida yoyote ya kutunga kwa mizani na vina, kwani vitu hivi ni maumbile katika lugha hii. Wenye kusumbuka katika kutafuta vina na kupanga mizani huwa hawaielewi lugha vizuri wala mila na taratibu zake zinazowapelekea wengineo kutunga bila ya shida. Ukichungua kidogo tu utagundua kuwa tungo za watungaji wengi wa Kiswahili, khasa za wazee waliopita, zimetungwa kwa muundo kama huu wa maneno yasiokuwa na tafauti sana na maneno ya kawaida. Angalia mifano miwili ifuatayo:

> Ewe shekhe ndugu yangu   hino duniya ya kawi
> Utazame ulimwengu   ulitakalo haliwi
> Ni kalamu ya Mungu   viumbe hatuijuwi
> Bakhti hwenda kwa wawi   wema wakalia ngowa[43]

Huu uliotangulia ni ubeti mmoja katika Ushairi wa beti kumi na moja uliotungwa na Sheikh Nassir bin Muhammad Al-Jahadhmy aliyekuwa maarufu kwa jina la *Kichumba*, ambaye aliishi Pemba. Angalia mfano wa beti tatu za utenzi maarufu wa Mwana Kupona:

> Negema wangu binti   mchachefu wa sanati
> Upulike wasiati   asa ukazingatiya
>
> Maradhi yamenishika   hata yametimu mwaka
> Siyapata kutamka   neno lema kukwambiya
>
> Ndoo mbee ujilisi   na wino na karatasi
> Moyoni n'na hadisi   ningependa kukwambiya[44]

Mifano ya tungo za Kiswahili zilizokurubiana na maneno ya kawaida ni mingi sana. Na mwenye macho haambiwi "Tazama." Iwapo utaona pana hitilafu au huelewi yaliyonenwa katika utungo, sababu aghlabu hutokana na kutokuelewa lahja iliyotumiwa, au lugha ni ya zama za kale, au huelewi mambo yenyewe yaliyosemwa hata ukiwa unaelewa maana ya kina leno lililotumiwa. Iwapo mtu haelewi yaliyonenwa katika utungo wa kidini kwa mfano, aghlabu huwa haelewi fikira za kidini na maneno yake yanayotumiwa katika kueleza fikira hizo.

Ni muhimu kukariri kuwa kwa karne na karne Waswahili wenyewe waligundua kuwa kutunga kwa vina na mizani ni jambo la kawaida kabisa. Hata katika kufikiri na kusema maneno ya kidasturi, mara nyingi sana

---

[43] Nasir bin Muhammad Al-Jahdhamy "Kichumba"; tumetaja angalia pitio 23.

[44] Al-Batawy, M Batawy, Mwana Kupona binti Mshamu, baadaye Mwana Kupona kilimbo; Zena 1966, miswada, Zena, Nabhany, 1966, 1976 na 1983

maneno yetu yana viwango vya mizani zinazokurubia nanenane, na maneno yetu pia yamejaa vina.

Kuna taabu gani, kwa mfano, katika kueleza hayahaya yaliyomo katika kifungu kilichotangulia, badala ya kuyanena kwa lugha hii ya nathari, ukaamua kueleza kwa tungo? Hebu tujaribu:

1. Ni muhimu kuelewa   kwa makarne walikuwa
   Wavyele wamegunduwa   vina na mizani piya

2. Wamegunduwa wahenga   kuwa kwa vina kutunga
   Piya mizani kupanga   ni jambo la kawaida

3. Na katika kufikiri   na kusema ya dasturi
   Viwango tunakariri   kila mara nakwambiya

4. Tunanena kwa viwango   na vina viso na jongo
   Na mizani kwa mpango   wa nanenane sikiya

3.6 "Wimbo hutoka ngomani"

Tungo za Kiswahili zimefungamana sana na maisha ya watu na nyingi hazikutungwa kwa maandishi, ndipo wakale wetu wakanena kuwa "wimbo hutoka ngomani." Neno "wimbo" katika msemo huu, kwa fikira zangu, halina maana ya "utungo wa mishororo mitatu," bali lina maana ya "utungo" wowote. Na neno "ngomani" pia halina maana ya "mahali panapopigwa magoma," bali lina maana ya "penye matokeo na haja." Kwa hivyo, tukifasiri maana ya msemo huu tunaweza kunena kuwa maana yake ni "tungo hutungwa penye matokeo na haja." Iwapo maelezo yangu, kweli, ni ya sawa, basi hapana shaka kuwa msemo unatueleza kuwa tungo za Kiswahili aghlabu hutungwa kwa kichwa tu bila ya kalamu na karatasi. Jambo hili ni taabu kuliamini, khasa katika zama zetu, kwani tunashuhudia sana watungaji wengi wakitunga kwa maandishi. Ingelikuwa tungo zote za Kiswahili hutungwa kwa kichwa tu, basi pasingelikuwa na haja ya msemo tunaouzungumza, maana lingelikuwa ni jambo ambalo kila mtu analielewa. Kuwepo kwa msemo wenyewe ni kwa madhumuni ya kuwazindua watu kuwa tungo nyingi hutungwa kwa kichwa tu, na walio mashaha na malenga wa kwali hawahitajii kalamu na karatasi.

Tungo za aina hii ni taabu kuzipata kwa sababu aghlabu hutoweka na matokeo yake. Lakini kwa Waswahili wengi, khasa hapo zamani kabla ya vijana kupelekwa shule za muundo wa Kizungu na kusomeshwa zaidi kwa maandishi, Waswahili wengi walikuwa wakitunga bila ya kushika kalamu na karatasi; wakijifunza kutunga kutokana na wazee wao kwa mifano wanayoisikia "ngomani." Mpaka leo kuna watu wengi, khasa katika sehemu za Kaskazini ya Uswahilini ambao hutunga kwa kichwa tu. Mimi mwenyewe, binafsi, nimepambana na tungo nyingi za aina hii ambazo, nyingi zaidi, sikuweza kuzikumbuka na kuziandika na sikuwa na kilimbo cha kunasia maneno ili kuzihifadhi. Lakini, juu ya hayo, kwa bahati nzuri ninayo mifano michache ya tungo zilizotungwa papo kwa papo, bila ya kalamu na karatasi ambazo nimeweza kuzilimba kawa kilimbo cha kunasia maneno. Mfano wa kwanza nitakaoutoa ulitokea 1965 nilpokuwa Mombasa. Tokea wakati huo nilikuwa nikipenda sana kusikiliza tungo zikisomwa na kuimbwa, na zaidi, nilikuwa nikipendezewa sana na uhodari wa wazee wetu waliokuwa wakitunga papo kwa papo. Mmoja katika wazeee wangu ambaye ni hodari sana wa kutunga namna hiyo ni Bibi Rukiya Muhammad al Busaidy wa Lamu. Bibi huyu, kama wazee wengi wa Kiamu, si hodari wa kutunga yeye tu, bali, takriban, ukoo wake mzima, na zaidi upande wa wanawake, khasa wale waliokuwa hawakusoma sana shule, ulikuwa na watu wanaoweza sana kutunga papo kwa papo, na baadhi walifuata nyayo zake zaidi ya wengine. Tungo nilizotungiwa mimi binafsi, ama kufanyiwa mzaha au kukaribishwa chakula, kwa mfano, ni nyingi. Siku moja katika mwaka huo, kwa mfano, Bi. Rukiya alinifanyia mzaha kwa kunieleza haya bila ya kushika kalamu na karatasi:

> Nenda kwa buswara   kwa hima sitaakhari
> Umwabiye mara   afahamu mwenye fakhari
> Ayuwa kuchora   Brahimu si mshairi

Ingawa kweli mimi sihisabiwi katika watungaji, lakini niliingiwa na shauku na ingawa kwa kudodosa, nilijibu haya:

T'akupa yangu khabari   unifahamu wa bora
Sana usinitiriri   na ubishi kila mara
Siyakuwa mshairi   kazi yangu ni kuchora

Nisemayo si dhihaka   yot'e t'akufunuliya
Huku kuchora hakika   na kutunga si mamoya
sura unayooitaka   nipe nitakuchoreya

Usifanye ukaidi   kazi yangu yakweleya
Kwa jumla si muradi   hujaribu moyamoya
Ningoje nende nirudi   hapo utanisikiya

Safari moja mnamo mwaka wa 1983 tulipokuwa tena Mombasa, mimi na mke wangu tuliletewa khabari kuwa baadhi ya jamaa na marafiki zetu wamewaswili kutoka Lamu, kuja kutia harusi. Kwa upande wangu nilijua tokea mbele kuwa maadamu Waamu na Wamvita wamekutanika kwa mambo ya furaha, basi hapana shaka yoyote kuwa katika tangamano hilo patatungwa tungo za kufurahishana. Nilijua haya kabla, kwa sababu nilishuhudia matokeo mengi kama hayo kabla. Ingawa kwa ukosefu wa bahati, katika nyakati nyingi nyinginezo zilizopita, sikuwa na uwezo wa kuhifadhi tungo zilizotungwa, lakini safari hii, kama katika chache ya safari nyinginezo, nilijitayarisha na mapema kwa kuchukua kilimbo cha kunasia maneno.

Mwenyeji alijiandaa kwa kuweka mezani maakulati ya kila aina na kuwakaribisha wageni waliotoka mbali na wenyeji waliokuja kuwatembelea. Punde si punde, kama nilivyotarajia, lugha ya waliohudhuria ilibadilika. Badala ya uzungumzi kuendelea kwa lugha ya kawaida, ikawa kwa lugha ya tungo; palianza kuimbwa nyimbo za kukaribisha na kufurahishana. Katika waliokuwepo na waliokuwa wakiimbana alikuwa Bibi Zahariya Nabahany, Zena na Fatma Mahmud Fadhil (watoto wa Bi. Rukiya). Kwa muda wa chini ya saa moja, waliokuwepo walitungiana nyimbo zifuatazo, kwanza alianza Zahariya kumwambiya Zena aanze kutia chakula, na Zena akataka Zahariya aanze yeye:

Zahariya:

>Na hilo uyuwe   hapana muhula
>Sipiji mayowe   wala sitolala
>Kama huli wewe   nami sitokula

Zena:

>Wala siweki k'elele   maneno yakafunuka
>Sipiji zigelegele   ruhu zikap'apatika
>Kama mwana hali mbele   na mama zitamshuka?

Zahariya:

>Sikiza yangu maneno   sitochoka kutamka
>Hili letu tangamano   la furaha na kuteka
>Kutia wako mkono   nao wangu utanyoka

Zena:

>Roho zimekwisa hamu   kwa sot'e kuk'utanika
>Chakula hiki kitamu   kizuri kimepikika
>Kama huli Ibrahimu   nami hakitonishuka

Fatma:

>T'unu na t'amasha   tumekupa fungu
>Yapo nimekwisha   si kusudi yangu
>Twakukaribisha   karibu mwenzangu

Zahariya:

>Wala si urongo   amezoyanena
>Kwa kula mpango   umeonekana
>Utakula tango   hilo tamu sana

>Ni hayo jumla   ninayokwambiya
>Mimi sitolala   wala kusindiya
>Kwingine nikila   zitanipaliya

Zena:

>Hilo nakwambiya   sasa sikukhini
>Ukinelezeya   t'ayuwa undani
>Kitakupaliya   kwa sababu gani?

Zahariya:

>Tena ufahamu   nimezokueleza
>Maneno adimu   utayasikiza
>Mimi Ibrahimu   atanipaliza

Zena:

>Siyo matilaba   kuishindiliza
>Mimi nimeshiba   na kula naweza
>Yapo kuwa haba   kheri t'aongeza
>
>Nisikize mambo   t'akayoyanena
>Wengi wa urembo   mufahamu sana
>Kumbe hili tumbo   liko tamu sana

Zahariya:

>Wala si upuzi   umezotangaza
>Mwingine haezi   haya kueleza
>Kwa khasa la mbuzi   kula hupendeza

Zena:

>T'arudi faswila   mambo kwangaliya
>T'asifu jumla   sitowata haya
>Tafadhali kula   japo mara moya

Zahariya:

>Wanifiya koti   ewe mtambuzi
>Nyimbo sizipati   khasa siku hizi
>Napenda chapati   khasa kwa mtuzi

Zena:

    Sasa t'aipinda   kweleza nduyangu
    Nanyi t'awafunda   tundani nduzangu
    kweli hili ganda   linashinda yungu

    Nduzangu wasemi   enyi wadarai
    kunena sikomi   nami sina rai
    kwanini na mimi   hamunipi chai?

    Wengi wa anasa   sikizani hili
    Sifanyi makosa   mukitaamali
    Nimepijwa susa   sinayo akili

Zahariya:

    T'anena maneno   yakutiya mwisho
    Tena ni mfano   wenye makumbusho
    Nimeshiba mno   nimetoka jasho

    Nataka munisikize   maneno nayatamka
    Tafadhali mulisaze   nusu twataka kuweka
    Yungu musilimalize   Rukia Ali ataka

Fatma:

    Mulioko washairi   muliopo kwa jumla
    Na nduyangu utakiri   kukataa huna khila
    Watu hoko dasturi   hupenda kula chakula

Zena:

    Mimi hapa t'awambiya   mambo haya ni makukuu
    Nanyi mukiyangaliya   wala hayana nafuu
    Jamaa huyu Zahariya   apenda mno tambuu

Zahariya:

> Siwezi kukidharau   kwangu mimi ni jamala
> Wala sitakisahau   na kwake sina muhula
> aifahamu tambuu   kuwa hushinda chakula

Zena:

> T'akwambiya ya nafuu   ewe mwingi wa bashasha
> Mambo haya ni makuu   tena yatakuchokesha
> Uyuwe hiyo tambuu   itakutiya na presha

Zahariya:

> Wataka kunichokesha   kunangusha na t'iyati
> Mimi kikufahamisha   kwa nguvu yangu sauti
> Tambuu yaburudisha   mfano wa sharubati

Zena:

> T'akwambiya wa buswara   ufahamu tafauti
> Na ingawa nakukera   kwa hili mimi siwati
> Vipi kitu cha harara   kuwa kama sharubati?

Zahariya:

> Mt'u hoyo t'amjibu   apendaye kutatiza
> Akifahamu sababu   nawe yatakutatuza
> Waulize matwabibu   ndio watakokweleza

Zena:

> Hili piya t'akwambiya   ingawa litakukera
> Nawe ukiangaliya   utaona yana sura
> Matwabibu huzuwiya   matambuu na sigara

> T'akwambiya ya maana   utunde kama hutundi
> Ukitaamali sana   ni mazuri kwako fundi
> Kwa sasa hawa zijana   wataka zenye mapendi

Zahariya:

> Nisikize natamka   nikwambiye sina pupa
> Sute utatudirika   wala hatutokuhepa
> Kwa hilo umezolitaka   saa nne uje hapa
>
> Nisikize nikwambiye   moyo wako wise yondi
> Wala sinipeke mbee   hata mato hayatundi
> Dasturi ya mzee   huwa hana mapendi

Zena:

> Sikizani niwambiye   maneno ya maarifa
> Sinione ninyemee   t'anena sina mikhafa
> Na ingawa ni wazee   ila nyoyo hazikufa

Zahariya:

> Sikiliza mwenye swifa   tena nikweleze sana
> Mi mzima niko ufa   ukitaka utaona
> Moyo wangu umekufa   wala haurudi tena

Zena:

> Usifanye utukutu   kunena haya na haya
> Sasa huhitaji mt'u   wakati umewadiya
> Usiwangiliye wat'u   kwa kufa wako mmoya

Zahariya:

> Enyi wingi wa muruwa   kwa nyut'e muloiganga
> Mambo haya mwayayuwa   kuna mengi ya kupinga
> Nimeeta chandaruwa   sasa nataka kufunga

Zena:

> Maneno tuyazunguwe   yaliyoko hadharani
> Ijapokuwa mwenyewe   uket'iziye kitini
> Bibi Khawla mbona   wewe umenyamaa huneni?

Ibrahim:

>Khawla kulenga chini ulimwengu hangaliya
>Mawazo yako nyumbani watoto hufikiriya
>Khasa aliyo moyoni ni mumewe nawambiya

Zena:

>Ahsanta jawabu maneno yako mazuri
>Nimefurahi ajabu kuujibu ushairi
>Nimefahamu sababu ya Khawla kufikiri

Kisha Zena akanieleza yafuatayo ambayo yalisababishwa na mkutano wetu baina ya msichana mmoja wa Kimarekani jina lake Marjorie (Majorii) ambaye pengine hakuamini kuwa Waswahili huweza kutunga papo kwa papo, na iwapo waliweza, basi alijadili kuwa walikuwa wakirejelea maneno ya kiutungaji yaliyokuwa tayari katika hazina za bongo zao. Kwa ubeti ufuatao Zena akania-mbia kuwa leo umeona mwenyewe mfano mwingine wa namna tunavyotunga:

>Basi waeleze maneno fasili
>Uwazungumze watuwe aqili
>Tena wasiteze wayataamali

Kuwa Waswahili wengi, wanatunga papo kwa papo, hilo sikuwa na shaka nalo, kwani mara nyingi sana nimeshuhudia hayo mwenyewe. Hata katika hiyo siku tulipokutana na huyo msichana wa Kimarekani ilikuwa ni dhahiri kuwa kutunga papo kwa papo kwa mizani na vina ni jambo sahili kwa Waamu wengi. Siku hiyo ilikuwa tarehe 19 Septemba, 1983, nilipokuwa Mombasa nikizun-gumza na Bi. Zena, na msichana mmoja aliyekuwa akifanya utafiti kukhusu mambo fulani yanayokhusu mila na dasturi za Waswahili. Katika mazungumzo yake msichana huyo akawa anauliza masuali yanayokhusu utungaji wa Kiswahili, na moja katika suali lake likawa linatafiti iwapo Waswahili wanazo tungo zinazotungwa papo kwa papo, na iwapo tungo hizo zinategemea maneno ya tayari yenye kufanya utungo kuweza kutungika. Kwanza Bi. Zena akamjibu yafuatayo:

> Mambo ya kutunga nyimbo   ukitaka kuyayuwa
> Hayahitajii kitambo   walau kujisumbuwa
> Huwa hili ni kipambo   ulopewa na Moliwa

Uzungumzi ukaendelea na Zena akadhani kuwa Marjorie bado hajaamini kuwa Waswahili hutunga papo kwa papo, basi akamuongezea haya:

> Nisikiza na la pili   nami hilo t'akwambiya
> Huwa hayo ni sahali   ukisa kuyazoweya
> Ukikoseya kwa hili   lingine huelekeya

Uzungumzi ukaendelea zaidi bila ya kuelewana, na Zena akanena tena kwa wimbo:

> Na hili wangu mwendani   sikiza utaelewa
> Ukitiya akilini   mambo utayatambuwa
> Hakika hawalingani   muyuzi na asoyuwa

Punde si punde mara akatokea Sheikh Ahmed Nabhany, nami nikamueleza kiini cha masuali ya Marjorie na jawabu za Zena. Nabhany naye akamuuliza magerie haya:

> Majari umetosheka   maneno uloambiwa?
> Au kwako ni dhihaka   wa ama hukuelewa?
> Mashairi kutamka   kwetu tumetunukiwa.

Hizi basi ni sehemu ndogo ya tungo nilizoshuhudia mwenyewe zikitungwa papo kwa papo. Kueleza upendacho kwa lugha ya tungo, khasa kwa bahari ya utenzi, wimbo na ushairi ni jambo la rahisi sana kwa wenye kuijua na kuipenda lugha hii na mila yake. Maana mambo haya ya kupendezwa na sauti za vina na mizani kwa Waswahili, kama watu wengine wanavyovutiwa na mambo mengineyo katika lugha zao, si mambo yanayokhusu lugha tu, bali ni mambo yanayotokana na mila yake mtu iliyomfanya kuonea ladha na raha mambo hayo ambayo, kwa hakika, yamezalikana, kukuzwa na kulelewa na mila yake. Lakini, kama tulivyoeleza, ni wazi kabisa kuwa katika Kiswahili, kueleza upendayo kwa tungo za mizani na vina si kazi kubwa, ndipo tuliposhuhudia kuwa, tokea zamani, Waswahili wamekuwa wakieleza mengi yao kwa tungo zao ambazo zina mizani na vina.

3.7 Kutunga kwa kichwa na maandishi

Watungaji wengi zaidi, mpaka siku za karibuni, walikuwa wakitunga kwa kichwa tu bila ya kuwa na haja ya kalamu na karatasi. Kama tulivyosema, watungaji wengi wa Kiswahili walikuwa na mpaka leo wako wanaotunga kwa kufuata midundo na mahadhi kichwani mwao; hawatungi kwa kuhisabu mizani kama watendavyo wengi waliosomeshwa kutunga wakiwa wanafunzi wa shule. Tokea vijana kuanza kuhudhuria shule za muundo wa Kizungu na kusomeshwa elimu, zaidi, kwa kusoma na kuandika, wendao shule wamekuwa na upungufu mwingi wa aina mbili. Kwanza, hifadhi yao imekuwa ni ndogo tukilinganisha na hifadhi waliokuwa nayo wazee wetu zamani. Pili, vijana wendao shule huwa wanayakosa mengi ya kimila waliyoyapata wazee waliosomeshwa kimapokezi. Moja katika mambo ambayo watoto wa Kiswahili, kwa mfano, wanayakosa ni kuona namna na sababu wazee wanavyotungiana tungo papo kwa papo, na mifano hiyo ikawa ni elimu kubwa sana ya kuwafunza watoto kutunga.

Nimeshuhudia mara nyingi sana watoto wa shule wakiambiwa waandike vina, kwanza, katika karatasi, kabla ya kuwa na sababu ya kutunga wala kujua wakitungacho, kisha huambiwa wajaze maneno wayatakayo, mradi maneno hayo yawe na mizani sawa na yamalizike kwa vina hivyo walivyoviandika kabla. Wenye magazeti ya Kiswahili nao pia wamewapa nguvu wanaotunga kwa namna hii kwa kuyachapa maneno yao. Wenye magazeti wengi hawaangalii iwapo maneno yana maana au la, mradi maneno yawe na vina na mizani tu. Angalia gazeti lolote la Kiswahili litokalo kila siku au kila juma ujionee mwenyewe maneno yasiyokuwa na maana yakichapwa katika sehemu ya tungo.

Waliotunga bila ya kalamu na karatasi, kwanza, kabla ya kutunga, walikuwa na sababu na maudhui maalumu yaliyowapelekea kutunga; na haya, aghlabu huwa yamesababishwa na matokeo maalumu yaliyofungamana na maisha ya watu. Ingawa walitunga kwa vina na mizani sawasawa, yaliyokuwa muhimu pia ni yale waliyoyanena. Mambo yote haya mara kwa mara huwa yanakosekana katika usomeshaji wa kutunga siku hizi.

Watungaji wengi walioinukia na kujifunza kutunga kwa kuona mifano ya wazee wanavyotunga papo kwa papo penye matokeo na haja huwa hawategemei karatasi na kalamu, hata tuonapo mtungaji akianza kwa maneno kama:

> Hebu leta karatasi   na kalamu ya unyasi
> Na wino mwema mweusi   nipate kuandikiya

Kuandika anayoyatunga imekuwa ni njia ya kuhifadhi tu kwa manufaa ya wajao siku za mbele, au ya wale ambao wako mbali. Maandishi ya tungo nyingi za Kiswahili hutokea baada ya tungo zenyewe kwisha kutungwa na mtungaji kwisha kuhifadhi tungo zake. Watungaji wengine walikuwa wakitunga huku mtu mwingine akiyaandika wayatungayo. Kwa hivyo mtungaji anaposema kwa mfano:

> Tumishi leta karatasi   na kalamu kwa upesi
> Na wino mwema mweusi   uje uniandikiye

Mtungaji huwa anatunga bila ya yeye mwenyewe kushika kalamu na karatasi na bila ya kudodosa wala kuhitajia kupanga na kupangua. Lakini, maneno kama haya ya beti mbili zilizotangulia, mara nyingi zaidi huwa ni maneno ya 'kuanzia' tu utungo. Moja katika utendakazi wake, kwa mfano, ni kuwazindua wasikilizaji na kuwagutua wakae kimya na kuwapa nafasi kabla ya utungo kuanza kueleza yaliyokusudiwa khasa. Dasturi hii tunaiona mara kwa mara katika kila aina ya tungo za Kiswahili. Wengine huanza kwa kuzungumza na "barua" au "risala," wengine kwa "tumishi" au "mwanangu." Mara nyingine utaona kuwa kianzio chenyewe humjulisha msikilizaji tokea awali juu ya khabari inayotolewa. Kwa mfano Kibabina katika utungo wake maarufu, utaona kuwa ubeti wa awali ni kitambulisho cha khabari aliyoitungia:

> Risala wa Zinjibari   milele utumikao
> Ngiya katika bahari   umtegemee Molio
> Nusura ndake Ghafari   waja utunusuruo
> Kwa qadha ipisiyeo   hayasii mayutoye!⁴⁵

Neno 'risala' (barua) katika tungo nyingi za Kiswahili hufanywa ni kama mtu. Katika ubeti tuliounakili, mahala panapozungumzwa, yaani "Zinjibari" au Unguja pametajwa na yote mengine yaliyofuata ni kwa madhumuni ya kumjulisha mtu maudhui ya utungo wenyewe. Mara nyingi sana utaona mtungaji, kwa mfano, akianza utungo wake kwa kumuomba mwanawe, mkewe au mtumishi wake aje na kalamu na karatasi ili amuandikie utungo wake anaoutunga, na ilihali mtungaji ndiye mwandishi mwenyewe, na kalamu na karatasi anazo mkononi anazitumia. Huku kuomba kalamu na karatasi ni maneno yasiyokhusiana na matakwa hayo, bali ni kianzio chenye madhumuni mengine kabisa. Mas-ala haya ya namna walivyoanza Waswahili wengi tungo zao na sababu zake ni marefu sana, na si mahali pake hapa kuyazungumza kwa urefu.

Ushahidi wa tungo za Kiswahili unaokurubia maneno ya kawaida ni mwingi sana, na tarehe yake pia inakwenda nyuma sana. Hata tungo zinazosemekana ni za Fumo Liyongo, utagundua kuwa alitunga kwa maneno kama hayo. Kwa mfano, usome tena utumbuizo unaoambiwa ni wake wake alioutunga alipokuwa gerezani kumuomba mamake ampikie mkate, utaona maneno yake yanakurubia maneno ya kawaida, na tafauti iko katika vina viwango na mizani.

Kama tulivyotaja, watungaji wa Kiswahili waligundua zamani sana mambo haya ya maumbile ya lugha yao, na kuyaonea raha wayasikiapo yakitumiwa vizuri katika tungo zao. Si katika tungo zao tu, bali hata misemo yao mingi ina milingano ya sauti – "Asiyesikia la mkuu, huvundika guu", "haba na haba, hujaza kibaba," na kadhalika. Hata tungo za kitoto pia zina sauti za vina, kwa mfano:

---

45 "Kibabina" (jina lake kamili sikulipata); Said, Lamu, 1973, 1976 na 1983 pia Nabhany, mswada, Mombasa, 1983.

Abdala Kibedeni   kanya mavi mtendeni
Kasingizia wageni   kapigwa fimbo miteni

Kuonea raha sauti za vina kumepelekea Waswahili kuichimbua lugha yao zaidi na kuzidi kufichua 'maadeni' yenye thamani kwao. Maadeni ya sauti za vina ambazo zingeselelea kufichika ingelikuwa si shauku kuu ya mapenzi waliyonayo Waswahili juu ya sauti hizo zenye kuburudisha nyoyo zao. Hata imefika hadi leo, maneno ya Kiswahili yasiyokuwa na vina huwa hayahisabiwi kuwa ni tungo kwa Waswahili wenyewe. Kwa hivyo, vina ni moja katika vitu muhimu kabisa yanayomjulisha Mswahili kuwa anayoyasikia au kuyasoma ni tungo.

Kila watu duniani wana tungo zao na mipango ya tungo zao ambayo huweza kuwa tafauti sana na ya watu wengine, hata watu hao wakiwa ni majirani, wana dini moja, na wameingiliana. Kwa mfano, Waswahili ni Waislamu, Wasomali ni Waislamu; Waswahili na Wasomali ni majirani na wana ukhusiano tokea zamani. Lakini tungo zao ni tafauti katika mpangilio wake. Kwa Wasomali, maneno hayawi tungo kwao mpaka sauti za milingano zijitokeze mwanzoni mwa maneno katika kila mshororo, siyo katika kati na mwisho au mwisho wa mshororo peke yake kama katika tungo za Kiswahili, na hii ni tafauti kuu ilioje! Kwa ufupi basi, kila watu duniani wenye kusema lugha maalumu wana hisi zao maalumu juu ya tungo zao, na maumbile ya tungo zao unatokana na maumbile ya lugha yao na maisha yao; wala si lazima mipango ya tungo za watu fulani iwe sawa na ya wengineo hata watu hao wawe na asili na jadi moja.

Ilivyokuwa kuna ubishi mrefu sana unaotokana na baadhi ya wana Chuo Kikuu cha Dar es Salaam ambao wanadai, kwa upande mmoja, kuwa tungo za vina na mizani hazina asili ya Kiswahili, na kwa upande wa pili wanadai kuwa tungo zisizokuwa na mizani na vina ndizo za asili ya Kiswahili, basi baadhi ya hoja na maelezo ya mambo haya tutayazungumza katika Mlango wa Sita tutapoingia katika majadiliano hayo.

3.8 Lugha

Ingawa lengo la kitabu hiki si kuzungumzia matumizi ya lugha, lakini ni muhimu sana kumzindua msomaji, japo kwa mukhtasari, kukhusu matumizi ya mafumbo na misemo katika tungo za Kiswahili. Katika Kiswahili cha kawaida na tungo zake pia utaona namna tatu za matumizi ya lugha zinazojitokeza zaidi. Kwanza, kuna utumiaji wa lugha iliyo wazi; pili, kuna utumiaji wa misemo; na tatu, kuna lugha ya kimafumbo. Waswahili ni katika watu wanaopenda sana kutumia misemo na mafumbo katika mazungumzo yao. Sidhani kama kuna haja ya kueleza lugha iliyo wazi, lakini utumiaji wa misemo na mafumbo unahitajia maelezo, nami nitazungumza hapa juu ya haya kwa mukhtasari tu, maana utumiaji wa misemo na mafumbo hata katika lugha ya kawaida, licha katika tungo, ni mambo yenye mizizi mirefu na matawi mapana.

3.9 Misemo

Misemo mingi ya lugha hii inatokana na hekima za wajuzi wenye buswara. Misemo mingi huwa imepokewa kutokana na wavyele kama lugha yenyewe, kwa jumla, ilivyopokelewa. Tunaweza kusema kuwa baadhi ya misemo ya zamani huenda ikasahauliwa, lakini ni kweli pia kuwa misemo mipya hutungwa na wasemaji wa lugha walio hai, kwani katika kila zama hakukosekani watu wenye buswara na wenye kutunga misemo yao wenyewe inayolingana na mawazo yao ya hekima.

Misemo aghlabu huwa ni maelezo juu ya jambo au mambo fulani kwa mukhtasari na kwa lugha yenye kuvutia. Kwa mfano, ukitaka kumwambia mtu asivunjike moyo kuwa sasa hana pesa nyingi, na kutaka kumrai awe akidunduliza pesa kidogokidogo, kwani siku moja atakuwa amedunduliza pesa nyingi, basi unaweza kumwambia: Haba na haba hujaza kibaba.

Misemo hutumiwa pia ikiwa ni maelezo ya kimfano tu. Iwapo fumbo ni maneno yaliyoficha linalozungumzwa kwa kueleza jambo jingine mahala pake, basi mara nyingi huwa hakuna tafauti kubwa baina ya matumizi ya mafumbo na misemo. Kwa mfano, iwapo kuna ndugu wanaogombana na mtu mwingine anayeshuhudia mgogoro huo akajua kuwa ugomvi wa ndugu hao si wenye chuki zitakazoendelea kwa muda mrefu, bali ndugu hao, punde, watakuja kusikilizana kama kwamba hapakutokea tafauti baina yao, mtu huyo anaweza kueleza yote haya kwa kutoa msemo unenao: Meno ya mbwa hayaumani. Yaani ndugu hao ni mfano wa meno ya mbwa. Ingawa meno ya juu na ya chini ya mbwa ni makali na huweza sana kum-athiri mtu iwapo mbwa atamtafuna mtu huyo, lakini meno hayohayo hayawezi kujitafuna yenyewe yakajuruhiana.

Msemo unaonena kuwa meno ya mbwa hayaumani kama misemo mingi zaidi ilivyo, hutumiwa ikiwa ni mfano tu; na mifano hii, kama tulivyoeleza, aghlabu huwa ni njia ya kueleza mambo kwa mukhtasari. Misemo mingi ya Kiswahili, na ya lugha nyingine pia, inatokana na ukweli unaopatikana katika kuangalia mambo tafauti yanayotokea ulimwenguni na kuihusisha na maisha ya mwanadamu. Ilivyokuwa lugha ya tungo aghlabu huwa ni lugha ya mukhtasari wa maneno, watungaji wengi hupendelea sana kutumia misemo katika tungo zao, na wengi katika watungaji hodari hubuni misemo yao wenyewe pia.

3.10 Mafumbo

Mafumbo hutumika sana katika tungo za Kiswahili, khasa katika bahari ya wimbo na shairi. Si aghlabu kuona mafumbo yakitumika katika bahari ya utenzi na bahari nyinginezo. Kwa nini basi tukaona kuwa mafumbo hutumiwa sana katika bahari ya wimbo na ya shairi? Kama tutakavyoonesha baadaye, ni bahari mbili hizi ambazo hutumika kuelezana mambo ya kimaisha ya kila siku kuliko bahari nyingine. Na katika maingiliano yao, Waswahili hupendelea sana kutumia mafumbo, kwa mfano, katika kueleza mambo yenye aibu na yale yenye kuudhi, yasiyofaa kujulikana na watu ila waliokhusika, ili wengine wasielewe msemwa ni nani. Kwa ufupi, Waswahili hupendelea sana kutumia mafumbo katika tungo zao na hata katika uzungumzi wao wa mambo ambayo mila yao haiwarukhusu kuyazungumza kinagaubaga. Mfano wa mambo kama haya yanayonenwa sana kwa mafumbo ni mambo ya maingiliano baina ya wanaume na wanawake na ya mapenzi.

Mfano wa tungo zenye mafumbo hupatikana katika nyimbo nyingi za Kiswahili. Hapa nitatoa mfano mmoja wa nyimbo maarufu inayojulikana kwa jina la *"Kasha"* ambayo umaarufu wake unatokana na kuimbwa kwake nyimbo hiyo katika chama cha *Johar*, Mombasa yapata miaka thalathini nyuma na kuwa mara kwa mara ilikuwa ikipigwa katika maredio. Nyimbo yenyewe ina maneno haya:

> Kasha langu la zamani kasha lisilo t'umbuu
> Kitasa ndani kwa ndani na ufunguo ni huu
> Astufahalofungua n'nani! Amelivunda maguu

> Kasha muundo wa kale si muundo wa kisasa
> Ni kazi ya watu wale sidhaniya ni Mambasa
> Usifanye mak'elele melipa mengi mapesa

> Mafundi wot'e wa kale kwa hivi sasa hakuna
> Na walobaki wafile kabisa hutawaona
> Ilobaki mvulele na kazi sijaiyona

> Kasha la mkaafu madhubuti sawasawa
> Lenye harufu ya fuu kula ukilifunguwa
> Lanukiya karafuu na waridi isotiwa[46]

Nilifanya utafiti kutaka kujua wasikilizaji waliyapa maana gani mafumbo yaliyomo katika nyimbo hizi. Maana nilizopewa zilitafautiana sana; lakini wengi walinieleza kama haya yafuatayo na kunitolea hoja zao: Kwanza kuwa katika nyimbo nyingi sana za Kiswahili ukiona kinachozungumzwa ni kitu kama "kasha;" au tunda, kwa mfano *tufaha* au mnyama, mfano ni *paa*; au ndege kama *zuwarde* au *njiwa*; au uwa kama *waridi*, utaona kuwa kinachozungumzwa aghlabu huwa ni mtu. Pili, iwapo "kasha" ni mtu, basi ni mwanamume au ni mwanamke? Katika nyimbo hizi tulizozinakili, "kasha," nilielezwa kuwa ni mtu mke. Vipi tunaweza kusema kuwa ni mke? Sababu zake ni mbili. Kwanza mtungaji analalamika kuwa "amelipa mengi mapesa" kulinunua kasha. Niliambiwa nikumbuke kuwa ni mke anayelipiwa mahari wakati wa kuolewa. Pili tunajua kuwa katika mila ya Kiswahili mke aliyekuwa hakupata kuolewa kabla anatarajiwa awe bikira. Iwapo ameonekana kuwa si bikira, huwa ni aibu sana kwa wazazi wake mke na mke mwenyewe. Nilielezwa

---

[46] Abdul-Rahim Said Muhammad Ba-Salim, born in Takaungu in 1920.

kuwa, mume anayedai kuwa amelipa mapesa mengi kumuoa mwanake amegundua kuwa "kasha" lake limekwisha kufunguliwa; yaani kuwa mke amekwisha kuingiliwa. Ndipo alipouliza: "Aliyelifungua n'nani...!" Hii ni moja katika tafsiri niliyopewa. Kuna na tafsiri nyingine pia nilizopewa. Jambo muhimu sana la kulielewa katika mas-ala haya yanayokhusiana na tungo za kimafumbo ni kuwa hazina tafsiri moja tuu – ama zisingelikuwa ni tungo za kimafumbo – na kila mmoja ana haki ya kuyapa mafumbo tafsiri aipendayo; mradi tafsiri isivuke mipaka bila ya kiasi. Na moja katika sababu muhimu sana ya kutumia mafumbo katika tungo ni kuwapa watu wasaa wa kuzitosa tungo hizo katika bongo zao na kuwapa uwanja wa kutoa maana iliyokuwa muwafaka na maisha yao. Jambo hili ni mfano wa ndoto zenye kusisimua na kufurahisha, ndipo tukaona Waswahili wengi hupenda kusikiliza nyimbo za tarabu na za harusi ambazo nyingi hazikosi mafumbo ndani yake.

Sababu ya kutumia mafumbo katika kueleza mambo yanayokhusiana na maingiliano baina ya wanaume na wanawake tumekwisha kuitaja. Pia tumeeleza kuwa katika mila ya Kiswahili ni aibu kuzungumza na kuyaimba mambo hayo waziwazi. Lakini kwa lugha ya kimafumbo, licha kuwa Waswahili wanaweza kuzungumza mambo kama hayo, lakini wanaweza pia kutungia nyimbo khabari hizo na nyimbo kutiwa mahadhi na kuimbwa hadharani bila ya kuona haya wala aibu. Lakini ni muhimu kukariri kuwa maana ya tungo za kimafumbo zinategemea fikira za msikilizaji, na kila mmoja ana zake.

Maana ya fumbo iliyokusudiwa khasa na mtungaji aghlabu huwa haimkini kuifahamu ila mtu awe anamjua mtungaji na msemwa anayeimbwa na sababu ya kuimbwa mtu huyo. Kwa hivyo iwapo mtu atakueleza kuwa utungo fulani wa kimafumbo wa aina hii una maana kadhaa, na hali mfasiri huyo hamjui mtungaji wala aliyetungiwa wala sababu ya kutungwa utungo huo, mfasiri huyo aghlabu atakuwa anaongopea.

Lakini leo kuna baadhi ya vitabu vilivyochapwa na wageni fulani Ulaya ambavyo vinatoa maelezo ya tungo za kimafumbo za aina hii kama kwamba wageni hao walikuwepo pamoja na watungaji na kujua sababu zao za kutunga. Na jambo la kugutua ni kuona tungo nyingi za mafumbo zikielezwa na kupewa maana zinazokhusikana na maingiliano ya uke na uume bila ya maelezo yenye kumfahamisha msomaji kuwa utungo huweza kupewa tafsiri nyinginezo.

Na ajabu ni kuwa waandishi hawa wa kigeni hawatutajii licha watungaji ni nani, bali hawatutajii hata waliowapa tungo hizo. Moja katika hatari kubwa inayopitika katika tafsiri na maelezo ya aina hiyo ni kule kuwafanya wasomaji wadhani kuwa tungo zote za kimafumbo zinaweza kupewa tafsiri ya aina moja tu, japo kuwa hatujui aliyetunga na sababu zake za kutunga.

Tumeeleza kuwa mafumbo hutumiwa sana katika lugha ya Kiswahili. Sababu kubwa za kutumia mafumbo ni mbili. Kwanza, mafumbo hutumiwa badala ya lugha iliyo wazi wakati mtu anataka *kumpiga mwenziwe vijembe*. Kumpiga mtu vijembe ni kumwambia maneno ya kimafumbo kwa madhumuni ya kumsema na kumkejeli. Sababu ya mafumbo ya aina hii kuitwa 'vijembe' ni kuwa, mfano wa vijembe, maneno hayo aghlabu huwa yanaweza kukata na kujuruhi hisi za msemwa na watu wake iwapo wameelewa yaliyonenwa.

Kama tulivyoeleza, sababu nyingine ya kutumia mafumbo ni kueleza kisichofaa kuelezwa kwa lugha iliyo wazi. Katika mila ya Kiswahili, mambo yasiyofaa kuelezwa wazi ni mengi. Kwa hivyo, mafumbo katika lugha ya Kiswahili ni mengi pia kulingana na mahitaji ya Waswahili wenyewe. Ilivyokuwa katika Kiswahili mafumbo hutumiwa sana, na ilivyokuwa si rahisi kuelewa uzungumzi wa kimafumbo, ndipo tukaona kuwa moja katika mafunzo wanayopewa watoto na wazee wao ni vitandawili. Katika mila ya Waswahili utaona sana watoto wakikusanyika mbele ya babu na bibi (nyanya) zao kila magharibi, kabla ya kulala ili kusikiliza hadithi ambazo zina mafunzo kwa watoto. Kabla ya kutolewa hadithi, aghlabu mzee huanza kwa kutoa vitandawili. Vitandawili ni moja katika bahari ya mafumbo. Mzee huanza kwa neno kama: "paukwa," na watoto wakajibu: "pakawa" kisha mzee akaendelea kwa kutoa kitandawili, kwa mfano: "Nyumba yangu haina mlango wala madirisha"; na watoto wakatarajiwa kufikiri na kujua kilichofumbwa. Katika fumbo hili inataka utafute kitu mfano wa 'nyumba' ya kitu au kiumbe chochote na 'nyumba' hiyo iwapo haina mlango wala madirisha, inabidi chenye kuishi humo kibomoe 'nyumba' yake ili kiweze kutoka nje. Jawabu maarufu ya kitandawili hichi ni *yai*. Kwa nini jawabu ikawa ni yai? Kwa sababu, ili kifaranga cha ndege kuweza kutoka nje ya *yai*, inabidi kilivunje hilo yai (au nyumba yake) aliyemo ndani yake. Watoto wa Kiswahili huwa wanapewa vitandawili vingi vya aina hii, hata mtoto akikuwa, huwa ni urahisi kwake kuelewa lugha ya kimafumbo.

Kama tulivyokwisha kueleza pia, tungo nyingi za Kiswahili, khasa katika bahari ya wimbo na ushairi, zina mafumbo ndani yake. Vilevile kuna tungo maalumu ambazo ni za muundo wa vitandawili. Yaani mara kwa mara tunaona mtungaji akitunga vitandawili na kutaka watungaji wengine watambue 'kilichotegwa.' Vitandawili vya aina hii ni vyenye mafunzo yaleyale wanayopewa watoto na wazee wao yenye kuwapa fursa ya kuchemsha bongo zao. Tafauti kubwa ilioko ni kuwa badala ya kitandawili kuwa ni cha lugha ya kawaida, kimekuwa ni cha tungo. Tutazungumza zaidi juu ya tungo za aina hii baadaye.

MLANGO WA NNE

UTENDAKAZI WA TUNGO

4.0 Utangulizi

Katika sanaa zote, kwa mfano uchongaji, uchoraji, ngoma na muziki, uimbaji na kadhalika, hakuna sanaa ambayo Waswahili wengi wanaipenda – na kuwa wenyewe wengi ni wasanii – kuliko sanaa ya tungo. Sidhani kuwa kuna mahali pengi duniani ambapo wasemaji wa lugha fulani wanatumia sanaa ya tungo kwa kadiri zaidi ya waitumiavyo Waswahili. Kwa Waswahili wengi, tungo zimekuwa ni moja katika sauti yao muhimu yenye kutumiwa katika kueleza kila aina ya mambo yanayomkhusu Mswahili.

Tungo za Kiswahili, kama za Waafrika wengi, zimefungamana sana na maisha ya watu wenyewe. Ni nadra sana kuona Mswahili akijitungia bila ya kuwa na sababu iliyompelekea kutunga, na sababu hiyo kuwa imefungamana na maisha ya mwanaadamu. Mtindo wa Kizungu uitwao "art for art's sake," yaani, uumbaji wa "sanaa kwa madhumuni ya sanaa yenyewe," bila ya kuwa na sababu iliyooana na maisha ya watu ni jambo geni kwa Waswahili. Hali kadhalika, kabla ya kuanzishwa shule za muundo wa Kizungu, watoto wa Kiswahili hawakuwa wakisomea kutunga na pia khabari za kutunga kutokana na vitabu, bali walikuwa wakishuhudia wenyewe vile wazee walivyokuwa wakitunga, mara nyingi, papo kwa papo na pia wakijionea wenyewe sababu mbalimbali zilizowapelekea wazee kutunga na pia tafauti ya tungo hizo na matumizi yake. Leo tunaweza kusema kuwa watoto wengi hupelekwa shule kusoma masomo mbalimbali. Wanafunzi pia husomeshwa kutunga na khabari za kutunga kutokana na vitabu.

Vitabu vingi kukhusu tungo za Kiswahili vinaweza kugawiwa mafungu matatu. Sehemu ya kwanza ni ya vile vitabu vya wahariri ambao maelezo yao ni juu ya tungo walizozinakili kutokana na miswada ya zamani[47]. Pili, kuna vitabu vya tungo za watu maalumu ambavyo hujulikana sana kwa jina la "diwani." Diwani hizi aghlabu huwa ni tungo bila ya maelezo yaliyopelekea kutungwa tungo hizo; na iwapo pana maelezo, basi khabari hizo huwa ni fupi tu na aghlabu huwa ni utangulizi wa kitabu[48]. Tatu, kuna vitabu vinavyozungumzia tungo kwa urefu zaidi kabla ya kufikia sehemu ya tungo za waandishi au "diwani" yao, lakini maelezo hayo aghlabu huwa hayakhusiani na tungo zilizomo katika kitabu, bali maelezo huwa ni juu ya mjadala au mgogoro juu ya mas-ala fulani yanayokhusu tungo kwa jumla[49]. Kwa hivyo, utaona kuwa pana upungufu mkubwa sana katika masomo yetu juu ya tungo za Kiswahili, kwani hatuna vitabu vinavyozungumzia matumizi mbalimbali ya tungo za Kiswahili. Ilivyokuwa tungo nyingi za Kiswahili zimetungwa kutokana na matokeo maalumu au sababu maalumu au kwa ajili ya "matumizi" maalumu, kwa hivyo ni muhimu kuwepo kwa vitabu vyenye kutuchambulia mambo yaliyopelekea utungaji wa tungo za Kiswahili. Lakini matumizi ya tungo za Kiswahili ni mengi sana, wala hayaelezeki katika kitabu kimoja wala na mtu mmoja hata akiwa bingwa vipi.

Maandishi mengi yanayokhusu tungo za Kiswahili aghlabu huwa na upungufu wa aina mbili. Kwanza, ilivyokuwa tungo za Kiswahili zimefungamana sana na maisha ya watu na kuwa tungo aghlabu hutungwa kwa maudhui fulani yaliyofungamana na maisha hayo, basi uchapishaji wa tungo usiotueleza undani au sababu ya kutungwa tungo fulani huwa mfano wa kishada chendacho arijojo. Pili, tungo nyingi za Kiswahili zilizohaririwa – aghlabu na wageni – na kuchapwa vitabuni, zinatokana na miswada ya maelezo ya kidini. Ukichungua utaona kuwa nyingi ya tungo hizo walizozichapa ni za bahari ya utenzi. Kwa nini nyingi zikawa ni tenzi? Sababu zake kubwa ni mbili.

---

47 Vitabu vingi vya aina hii vimeandikwa na Wazungu kwa lugha Zao.

48 Mfano wa vitabu hivi ni: Diwani ya Muyaka bin Haji Al Ghassaniy, tumetaja, na Sheria za Kutunga Mashairi na Diwani ya Amri, tumetaja.

49 Mfano, angalia Mulokozi, M.M na Kahigi K.K., Kunga za Ushairi na Diwani Yetu, Tanzania Publishing House, 1979(?).

Kwanza, ni kweli kuwa miswada mingi ya tungo za Kiswahili katika maktaba mbalimbali ni ya tungo za kidini zilizotungwa kwa bahari ya utenzi. Pili, ni dhahiri kabisa kuwa licha kwa Wazungu, hata wenyeji pia ambao hawajui usuli wa kutungwa tungo za mambo ya kilimwengu, ni vigumu kwao pia kuelewa yaliyozungumzwa, khasa tungo hizo zikiwa zina mafumbo na/au zinaeleza khabari fulani wasizozifahamu ambazo zinatokana na matokeo ambayo hawakupata wa kuwahadithia matokeo hayo. Lakini kwa wenyeji na pia wageni Uswahilini waliojishughulisha na masomo ya tungo za Kiswahili, si taabu sana kuzielewa tungo za mafunzo au maelezo ya dini ya Kiislamu; ndipo tulipoona kuwa wageni wengi walichapisha vitabu vyenye tungo za kidini – ndizo tungo walizoweza kuzifahamu zaidi – Lyndon Harries katika kitabu chake akiitacho Swahili Poetry amegundua na kutueleza haya:

There are hundreds of short Swahili poems in the Library of the School of Oriental and African Studies in London which still defy interpretation partly because no one is able to provide the context in which the poem was written[50].

Tukiyafasiri maneno yake kwa lugha hii, Lyndon Harries anatueleza haya:

[*Kuna mamia ya tungo fupifupi za Kiswahili katika maktaba ya School of Oriental and African Studies iliyoko London ambazo mpaka leo hakuna anayeweza kuzifahamu kwa upande mmoja kwa sababu hakuna anayeweza kutueleza matokeo yaliyosababisha kuandikwa tungo hizo.*]

Na kwa nini basi miswada mingi ya tungo za Kiswahili ni za kidini? Sababu za jambo hili ni mbili pia. Kwanza, wengi ya hao walionakili tungo kwa maandishi walikuwa ni watu waliosomea kuandika kutokana na vyuo vya dini ya Kiislamu, na wengi wao walikuwa wenyewe ni wanazuoni ambao nafsi zao walipendezwa na tungo za kidini kuliko za kidunia. Pili Waislamu wengi huamini kuwa kuhifadhi mambo ya kidini kwa madhumuni ya kuwafunza wengineo ni kitendo chenye thawabu. Kwa hivyo, hata waliokuwa hawajui kuandika waliwaendea wenye khati nzuri ili kunakiliwa tungo za kidini katika kuandama kwao thawabu. Mambo mawili haya ndiyo yaliyosababisha leo kuwa na miswada mingi ya tungo za Kiswahili zinazokhusu dini ya Kiislamu; wala si kwa sababu ndizo tungo zilizotungwa kwa wingi zaidi na Waswahili.

---

50 Harries, tumetaja, uk. 2.

Tukumbuke pia kuwa tungo nyingi za kidunia zilitungwa papo kwa papo na nyingi zaidi zimepotea na matokeo yake.

Tungo nyingi zaidi zilizotungwa na Waswahili ni za kimaisha zilizotungwa kutokana na matokeo ya kimaisha. Hapana shaka kuwa mambo ya kidini yamejaa katika maisha ya Waswahili; na tungo zao ni mfano wa kioo chenye kutupa fununu ya maisha yao. Hapana shaka pia kuwa kuna tungo ambazo uzani wake uko zaidi upande wa kidunia na kuna zile zilizoelemea upande wa dini. Lakini vitabu vingi vya tungo za Kiswahili vinazungumzia zaidi tungo za kidini. Utaona basi kuwa masomo yetu juu ya tungo za Kiswahili yanayotegemea maandishi yaliyochapwa yameelemea upande mmoja. Kwa hivyo katika kujaribu kujaza pengo moja tu wala si kujaza hata gego moja – katika mlango huu nataka kuzungumza, kwa mukhtasari tu, juu ya utendakazi wa tungo. Natumai katika kuwazindua wenzangu juu ya namna chache zilivyotumiwa tungo katika maisha ya Waswahili, huenda wengine wakafanyia utafiti zaidi mambo mengineyo kama haya. Au wachunguzi wengine, kila mmoja anaweza kuchukua aina moja ya tungo na kuifanyia uchunguzi mkubwa (kuliko nilioufanya mimi), ili kutueleza mengi kuliko niliyoyataja humu. Hayo huenda yakatusaidia katika kuelewa mapana zaidi ya tungo za lugha hii, badala ya kuikubali taswira tuliyopewa na wageni wa mila na lugha hii kukhusu tungo za Kiswahili.

Lengo kubwa la mlango huu ni kujaribu, kwa kutoa mifano, kuonesha matumizi mbalimbali ya tungo katika mila ya Kiswahili. Katika kukisia kwangu, nimeona kuwa kila kikundi cha Waswahili wenye kuishi katika sehemu mbalimbali za Mwambao wa Afrika ya Mashariki kimetumia tungo kwa kadiri tafauti katika maisha yao. Nafikiri sana kuwa, kwa mfano, wakaazi wa miji iliyoko katika visiwa vya Lamu na Pate wametumia tungo zaidi katika mambo yao yanayofungamana na maisha yao kuliko wakaazi walioko Mombasa na Pemba; na Wamvita na Wapemba wametumia tungo kuliko wakaazi wanaoishi katika sehemu za Kusini. Ni jambo lililo wazi kabisa kuwa miswada mingi ya tungo za Kiswahili iliyoko katika maktaba mbalimbali ulimwenguni inatoka katika kisiwa cha Lamu na cha Pate. Lakini miswada hii ni sehemu ndogo tu ya tungo zilizotungwa na Waswahili, kwa sababu, tungo nyingi zaidi zilitungwa kwa kichwa tu bila ya kalamu na karatasi. Kwa hivyo, mifano mingi nitakayoitoa juu ya utendakazi wa tungo, khasa yanayokhusu mambo yaliyopita zamani, inatoka pande hizo za kaskazini. Mifano hiyo si lazima iwe inaonesha kuwa mifano kama hiyo inapatikana kote Uswahilini. Lakini tunaweza kusema kuwa hata katika sehemu za Kusini, tungo zimepewa jukwaa lake maalumu pia, ingawa kuwa jukwaa hilo si pana wala si refu kama la sehemu za Kaskazini. Lakini, kwa kadiri fulani, tunaweza pia kusema kuwa tokea kuwepo kwa redio na mitambo ya kuchapishia magazeti katika Afrika ya Mashariki, na kuwepo kwa magazeti mengi zaidi ya Kiswahili katika nchi ya Tanganyika, na lugha ya Kiswahili kuwa leo inasemwa na watu wengi zaidi katika nchi hiyo kuliko kokote kwingine. Tungo nyingi za Kiswahili zilizochapwa katika magazeti na **kuimbwa** katika maredio zimetungwa na wenyeji wa nchi hiyo. Kwa maneno haya sina maana ya kusema kuwa walioko Tanganyika wametunga tungo nyingi zaidi ya wale, kwa mfano, walioko Kenya; ila nina maana ya kusema kuwa walioko Tanganyika wamepewa fursa zaidi ya kuchapisha tungo zao na kuimbiwa katika redio tokea kuwepo redio na magazeti ya Kiswahili, na mambo haya yameanza katika karne hii tu. Tungo za Kiswahili zina mizizi yendayo nyuma kwa karne nyingi.

    Kama tulivyosema, lengo kubwa la mlango huu ni kujaribu kuzungumzia utendakazi wa tungo. Ili kuelewa vizuri utendakazi na sehemu maalumu iliyotunukiwa tungo katika mila ya Kiswahili, inabidi tuangalie **namna** na **mahali** tungo zenyewe zilivyotumiwa katika maisha ya Waswahili. Matumizi ya tungo za Kiswahili ni mengi, kwa hivyo njia moja ya kumfahamisha mtu matumizi mbalimbali ya tungo ni kugawa kwa mafungu mbalimbali aina tafauti za tungo na katika kila fungu kutoa mifano ya aina yake tafauti. Mtu anaweza kupiga mafungu yafuatayo kwa mfano:1) siasa, 2) dini, 3) mapisi, 4) mausio, 5) mafumbo na kadhalika. Lakini katika maisha ya Waswahili, mambo yote haya huwa yanaingiliana sana. Kwenye utungo wenye siasa, kwa mfano, mara nyingi utaona mtungaji akianza kwa mambo ya kidini na kumaliza kwa dua. Katika maelezo yake huenda akatutolea mifano ya tarekhe na pia akawahadharisha wenye kuyasikiliza maneno yake yanayokhusu hatari zilizowakabili na kuwanasihi watende yanayowafalia wayafanye; na katika tungo zake akatumia mafumbo na misemo pia. Kwa hivyo, iwapo mtu atapiga mafungu yoyote ya mifano niliyoitoa itakuwa kwa madhumuni ya kurahisisha maelezo kwa manufaa ya wanafunzi tu. Katika tungo zenyewe nyingi zaidi na matumizi yake, kwa hakika, huwezi kupata migawanyiko ya aina kama hizi tulizozitaja. Lakini katika migawanyiko ya matumizi ya tungo ambayo nimeona, kwa hivi sasa ni bora zaidi ya mifano niliyoitaja hapa, ni ile ya bahari zenyewe, kwani kila bahari ina matumizi yake maalumu, ingawa kuwa baadhi ya matumizi ya bahari pia huingiliana na ya bahari nyingine. Kwa hivyo, badala ya kupiga mafungu ya kama mfano niliyoutaja, nimeona bora nizungumzie utendakazi wa tungo unaolingana na arudhi.

Katika mlango wa pili tumezungumzia mambo kadha wa kadha yanayokhusu arudhi ya tungo. Tumegundua kuwa bahari za tungo za Kiswahili hazipungui kumi na tatu. Moja katika masuali muhimu ya kuuliza baada ya kugundua bahari hizi ni: Jee bahari yoyote hutumika katika kutungia jambo lolote, au kila bahari ina matumizi yake maalumu? Katika kutafiti jawabu la suali hili, nimegundua mambo mawili muhimu. Kwanza kuwa, ingawa baadhi ya matumizi ya bahari huingiliana, kwani katika maisha yenyewe, mambo yake pia huingiliana, lakini kwa mujibu wa utungaji wa mabingwa wengi wa **tungo** za Kiswahili niliozungumza nao[51], na pia katika uchunguzi wangu, nimegundua kuwa kila bahari, kwa kawaida, ina utendakazi wake maalumu. Pili, licha bahari, hata tungo za Kiswahili pia aghlabu hutungwa zikawa na madhumuni yake maalumu. Tunaweza kusema kuwa katika mila ya Waswahili ni shida kuona utungo ambao unazungumzia jambo lisilokuwa na ukhusiano na maisha ya mwanaadamu.

Ilivyokuwa haimkini kutoa kila aina ya mifano ya matumizi ya tungo inayolingana na arudhi katika kujaribu kueleza utendakazi wa tungo, kwa hivyo, mifano nitakayoitoa itakuwa ni **michache** tu. Ninatumai kuwa mtu mwenye akili atakayeangalia mifano hiyo, ataweza kujaza penye mapengo na magego kwa mifano yake mwenyewe.

4.1 Utendakazi wa tenzi

Hapa nitarejelea pia baadhi ya fikra zangu nilizoziandika katika Mlango wa Kwanza. Ingawa tenzi hizi zinazofuata ni za zamani na zinasemekana kuwa zimetungwa na Fumo Liyongo Al-Baury kitambo kabla ya Karne ya

---

51 Hinawwy, Fahmy Mubarak, baadaye, Fahmy, Maawy, Nabhany, Zena na wengineo.

MLANGO WA NNE

Kumi. Baada ya kutafiti na kugundua kuwa Kiswahili hakikuwako kabla ya karne ya 16, kwa hivyo ama Fumo Liyong aliishi katika au bada ya Karne ya 16 au kama aliishi kabla ya Karne ya 16 basi alitunga kwa lugha nyingine na tungo zinazosemekana zimetungwa naye kwa Kiswahili ni za mtu au watu wengine walioishi katika au baada ya Karne hiyo. Na hili si jambo geni kwa waliosomea fasihi za lugha mbalimbali duniani, jambo la mtu kutunga kama kwamba ni mtu mwingine.

Bahari ya utenzi inatoka mbali katika mapisi ya Waswahili. Hiuu utenzi unaosemekana ni wa Fumo Liyongo Al-Baury unaosifu, kwa urefu, uzuri wa mkewe, kuanzia kichwa hadi miguu yake kwa maneno haya:

1. Pijiyani basi   p'embe ya jamusi
   Kwa cha mtutusi   au mwana ninga

2. Pijiyani p'embe   iliyao Yumbe
   Mwangi uwambe   kwa ya ndovu kanga

3. Vumi lende mbali   lamshe ahali
   Wake na wavuli   waye ng'ang'anga

4. Waye wakeleti   wambeja banati
   Watupe baiti   wamsifu yanga

5. Tupane baiti   tukizitafiti
   Njema ziwe kiti   mbee tukitenga

6. Kisa kuziona   baiti kufana
   Yatupe kunena   zake mwana Manga

7. Basi t'awakifu   yasiwe marefu
   Swifa tuswanifu   zake mwana Manga

8. T'akwanda kitwani   nduza sikiyani
   Hariri laini   zakwe nyee singa

9. Kitwache huramu   ni kama ruhamu
   Enga jaizimu   taole kuzinga

10. Yakwe masikio   apulikiyao
    Yatendele tao   kama kombe nanga

11. Uso wake mwana   naapa siyaona
    Utengee sana   na kuta miyanga

12. Nshize zifene   nt'a zilingene
    Shina lifungene   kama lalofungwa

13. Ni nyeusi mno   zizidiye wino
    Zitolee k'ono   tandu za mnga

14. Mato avikapo   khaswa avuwapo
    Mt'u akiwapo   hutesha kiyenga

15. P'uwaye ajabu   zifungo huribu
    Ni sita hisabu   mwenye kuziwanga

16. Sitaajabuni   kuliko manani
    Hata ishirini   zifungo hupanga

17. Zakwe zitefute   zizidiye zot'e
    Ya mk'atek'ate   mafuta ya kwenga

18. Miyomo myembamba   asipoifumba
    Atakapokwamba   helewa muyinga

19. K'amba takwambaye!   T'atongowa iye!
    Ajabu menoye   humuengaenga

20. Si ya ahadharu   si ya ahamaru
    Hufana na nuru   Iwaayo Manga

21. Si ya mkakasi   si rangi nyeusi
    Ni kufana basi   kwa wanda wa Manga

22. Ulimi mpesi   wakase fenusi
    Khaswa kidurusi   hudighamu yanga

23. Kanwa kiradidi   nyoshi za mkadi
    Au za zabadi   yangawa na fungu

24. Shani ni kidevu   si k'ungu piyavu
    Ni k'ungu tekevu   k'ungu k'ungumanga

25. Shingoye ndefu   muwandi sharifu
    Ipambiwe kufu   kama za kutunga

26. Ni hidaya njema   umbile karima
    Uyaliye nyama   yake mitulinga

27. Mafuzi kadiri   hayakudhihiri
    Kama bilauri   taole kuzinga

28. Mikono imiye   mbinu zialiye
    Zandaze ni ziye   za t'andu za mnga

29. Nyaaze launi   kama marijani
    Napa hutamani   mwenye kuziwenga

30. Makapwaye nduza   mato kituliza
    Mbwene ukimeza   mti mpakanga

31. Huteta harufu   zaidi ya ufu
    Au matukufu   mafuta ya Manga

32. Naapa Wallahi   Asiyeshabihi
    Tanena swahihi   ya makomamanga

33. Napa siwenepo   zishuhudiyepo
    Matunda ya p'epo   ya mwana Manga

34. Yakiwa nguwoni   hutisha 'uyuni
    Yawapo bayani   aqili hutanga

35. Ziwavuze zana   ziwavuze nana
    Hutisha kuvina   mwenye kumsinga

36. Maungo ya mele   sarara zilele
    Hazitumbalile   hazikumpinga

37. Matumbo makuto   ndiya ya masito
    Kitovu ni kito   huvuta kafunga

38. Kitovu ni kuka   kezo la Kimaka
    Mwenye kumnuka   puwa damu yenga

39. Tawangu ni nzito   kwa yuu la peto
    Tena lina k'eto   pesi la kuzinga

40. Wema wa duwara   angaliya dira
    Usipoidara   yendapo kuzinga

41. Na yake safina   nalipoiyona
    Ni nyire si p'ana   iyaliye nyonga

42. K'akunduwa ndume   matanga yakwime
    Haswa la galime   shiraa kasonga

43. Kwalina mawingu   na pepo nyengwangu
    Zot'e zombo zangu   kazifungafunga

44. K'azungua bao   k'apinga shikio
    Mbwene yavutao   mai henda Manga

45. Ngamani k'akingiya   ili kutungiya
    K'esa kuzengeya   ngama isikinga

46. Ikimikamika   ikinuk'anuk'a
    Vumba la Kimaka   yake mwana Manga

47. K'angiya ngamani   k'enda uziwani
    Nieyepo p'wani   k'apiga mzinga

48. Niinusheepo   k'afanya kitapo
    K'asabibu papo   kivuza waganga

49. Ziweoze ndiya   ni tako la siwa
    Watu hula ngowa   na kumzimanga

50. Maondo ni swifa   yana maarifa
    Henda kwa miswafa   na kuiviringa

51. T'afuze qadiri   kowa la zumari
    Hazikudhwihiri   taole kuzinga

52. Nyaoze ashashi vaole ni koshi
    Kazi ya naqishi ni kazi ya Manga[52]

Utengo huu umetungwa kwa bahari ya utenzi kwa ufundi mkubwa sana. Kwanza, mtungaji ameanza kwa beti saba za *kianzio ambazo* lengo lake ni kuwavutia wasikilizaji wakae kimya na kutaamali yanenwayo na pia kuwajulisha maudhui ya utungo. Mpango huu wa kuanzia beti za tungo, khasa tenzi, umefuatwa na watungaji wengi wa Kiswahili. Ni nadra sana kuona mtungaji akiingia moja kwa moja katika maudhui. Kuna sababu nyingi zilizowapelekea watungaji wa tenzi kuanza kwa beti za kianzio, na kila utenzi ukiwa mrefu, aghlabu beti za kianzio huwa si chache pia. Moja katika sababu ya watungaji kutenda hilo ni kwa ajili ya kuwapa nafasi wasikilizaji wajitayarishe na kusikiliza kwa makini na kuwapa nafasi waliochelewa kuja kusikiliza wasikose mengi katika beti zinazoeleza maudhui ya utungo.

Watungaji wengi wa Kiswahili walipendelea pia kuanza si tenzi zao tu bali mambo yao mengi kwa mwenendo wa kidini. Lakini ni dhahiri kuwa kuanza beti za tenzi kwa namna hii ni khiyari yake mwenyewe mtungaji, wala si jambo la lazima wala la kimila lililokuwa halivunjiki. Ingawa ni dhahiri kuwa mara kwa mara mtungaji wa utenzi huu alitaja au kuapa kwa majina ya Mungu yanayotumi-wa na Waislamu – angalia ubeti wa 32 anaapa kwa Wallahi – lakini katika utenzi huu hakuanza kwa majina ya Mungu. Tukichungua tunagundua kuwa nyingi sana ya tenzi zinazoanzia kwa majina ya Mungu na kumsalia Mtume na jamaa na masahaba zake na mengineyo ya kidini, huwa ni tenzi za kidini. Mambo ya dini yana mahali pake na ya kidunia yana mahali pake. Hapana shaka kuwa mara kwa mara mambo haya huingiliana; panapotokea haya, mtungaji pia huamua vile anavyotaka kuanza utenzi wake. Beti za awali aghlabu humjulisha msikilizaji si maudhui tu ya utungo, bali hata hisi za mtungaji zimeelekea upande gani – za ucheshi, za mchezo, za kulalamika, za kuomboleza, za furaha na kadhalika - Utenzi wa Fumo Lioyongo wa Mwana Manga ni wa 'kiasharati,' ndipo alipoanza namna hiyo aliyoanza badala ya kuanza kwa jina la Mungu na mengineyo ya kidini.

---

52 Lyongo, Nabhany, mswada, Mombasa, 1983.

Ingawa mafumbo ni nadra sana kutumiwa katika utenzi, tunagundua kuwa Fumo Liyongo hakuwa na budi ila kutumia mafumbo alipokuwa amefika katika kusifu maungo ya mkewe ambayo mila yake haikumrukhusu kutaja na kueleza waziwazi. Katika kuzungumza juu ya utupu wa mkewe na kumuingilia, alipiga mafumbo ya bahari, ya kutweka jahazi na kusafiri nalo na kupiga mzinga na kadhalika. Angalia ubeti wa 38 hadi 46 uone mwenyewe ufundi wa lugha na mafumbo alioutumia Fumo. Maneno 'kupiga mzinga' ni moja katika ishara zenye kuonesha kuwa Fumo Liyongo Al-Baury hakuishi katika zama hizo za karne ya kumi au kabla ya hapo wakati bado sana hatujawa na mizinga ya baruti na risasi. Mizinga ya vita imekuja baadaye sana ya kifo cha Fumo. Labda kama alivyonieleza Sheikh Ahmed Nabhany, ni goma lenye kutengenezwa kwa gogo la mti (mfano wa mzinga wa nyuki) ambalo hupigwa vigongo na hutoa sauti kubwa na nzito. Asili ya mizinga ya baruti na risasi kuitwa jina hilo inatokana na mzinga huo wa goma. Waswahili wa kale walikuwa wakitumia mzinga huo katika sambo zao na kulipiga ili kuwajulisha walioko mjini kuwa jahazi lao liko karibu ya kuwasili bandarini, ili wajitayarishe kuwapokea wageni na mali waliyokuja nayo. Waswahili walikuwa wakitumia zana nyingine, kwa mfano makombe ya pwani – dui au duri – badala ya mzinga; na hii ndiyo sababu ya pale mahali wanapoteremshwa ng'ombe Unguja kuitwa 'Mpiga duri.'

Tumejadili kabla kuwa bahari ya utenzi ni bahari iliyo rahisi kuitungia. Mishororo yake ni miwilimiwili na vina vyake ni vitatu tu katika kila ubeti (ingawa na vina vya mwisho vya kila ubeti navyo pia aghlabu huwa ni vimoja), ni maumbile ya bahari hii kutokumtwika mtungaji jukumu la kutafuta sauti nyingi za vina anapotunga kila ubeti wake. Vilevile, kama tunavyoelewa, ni rahisi kueleza jambo kwa mitongoo mifupimifupi kuliko mirefu. Ndipo tukawafunza wanafunzi wanapoanza kusoma na kuandika kwa kutumia vitabu vyenye maelezo yenye kutumia mitongoo mifupimifupi. Haya ni baadhi ya mambo yaliyofanya utungaji wa tenzi kuwa ni rahisi sana.

Kwa upande wa wasikilizaji pia, bahari ya utenzi haichochi kuisikiliza[53]. Wasikilizaji huweza kusikiliza beti nyingi sana bila ya kuchoka. Lakini ushairi kwa mfano, ukiwa mrefu, mara moja unaweza kuwachokesha wasikilizaji.

---

53 Nabhany na Zena, Mombasa, 1983.

Nadhani sababu kubwa iliyopelekea haya ni kuwa mishororo ya utenzi ni miwilimiwili na maneno hutiwa kikomo kila ubeti, kwa hivyo msikilizaji hapati taabu ya kufuata fikira zinazoelezwa kwa mishororo miwilimiwili. Lakini, kila ubeti wa ushairi aghlabu ni mishororo mine. Kuzifuata fikira zinazoelezwa kwa mishororo minemine si rahisi kama zinazoelezwa kwa miwilimiwili.

Ingawa neno utenzi lina maana ya utungo maalumu kama tulivyokwisha kueleza kabla, neno hilo pia lina maana ya "maelezo marefu," ndipo ukawasikia Waswahili wakitaka kumsitiza mtu au kumpinga asiendelee na tuhuma zake, malalamiko yake au maelezo yake yaliyokuwa marefu, wakinena kwa mfano: "Eee, mbona utatuletea utenzi."

Tukichungua utendakazi wa bahari hii tunagundua kuwa inatumika sanasana katika kueleza hadithi au mambo yoyote yenye kuhitajia **kuelezwa kwa urefu** na kwa lugha ya uwazi[54]. Katika mambo yaliyotungwa kwa bahari ya utenzi, utakuta sana hadithi za mitume, wasia, maelezo ya kidini, nasaha, tarekhe au sifa za kitu au mtu au pahala, na kadhalika, zinazohitajia maelezo marefu; ndipo tukaona kuwa baadhi ya tenzi huwa ni za beti za idadi ya maelfu. Huwezi kupata tungo za bahari nyinginezo zenye beti nyingi kama zilivyo baadhi ya tenzi. Lugha ya utenzi aghlabu huwa nyepesi iliyo wazi; kwa nadra sana utaona mafumbo na mbinu nyingine zenye kufanya lugha kuwa ngumu zikitumika katika bahari ya utenzi. Mtungaji akitumia mafumbo katika utenzi aghlabu huwa hana budi na kutenda hilo.

Katika mila ya Kiswahili, bahari ya utenzi imetumika sana mahala ambapo watu wa mila nyinginezo wametumia lugha ya nathari au ya kawaida. Ingawa tenzi ni tungo kwa upande mmoja, lakini ilivyokuwa mara nyingi zinatumiwa katika kueleza mambo ambayo watu wa mila nyingine, kwa mfano Waigereza, sana hutumia lugha ya nathari, kwa hivyo ni makosa kuangalia mapisi ya fasihi ya Kiswahili iliyotungwa au kuandikwa kwa nathari bila ya kutia tenzi nyingi katika kumbo hilo pia. Kiingereza ni Kiingereza, na Kiswahili ni Kiswahili; si lazima mipango na mafungu waliyoyapiga wasemao Kiingereza

---

54 Zena, Mombasa, 1966, Nabhany, Mombasa, 1983.

katika kueleza fasihi yao iwe inaoana na mipango ambayo yahitajiwa katika kuelezea fasihi ya Kiswahili.

Tenzi, kama tulivyokwisha kueleza, hutumiwa katika kila aina ya mambo yanayohitajia maelezo marefu. Katika miaka ya karibuni, khasa katika sehemu za Kaskazini ya Uswahilini, wanaopigania viti vya siasa hupendelea sana kuwavuta watungaji kuwaunga mkono katika kupigania viti vya bunge. Watungaji na tungo zao wanazomtungia mtu wao huweza kumjenga sana anayepigania kura za wananchi wa Kiswahili. Yaani, wananchi wengi wa Kiswahili huwa wanasikiliza zaidi tungo za siasa na kuzinakili katika vilimbo vya kushikia maneno. Watu wengi siku hizi wana vilimbo majumbani mwao na wengi husikiliza tungo mara kwa mara kuliko hutuba zao wanaopigania uchaguzi. Kwa hivyo, katika sehemu za Kaskazini ya Mwambao, watungaji na tungo zao ndizo zenye kupigania uchaguzi zaidi ya mikutano ya siasa ya huyo anayepigania uchaguzi. Tukichungua tunagundua kuwa tungo nyingi sana za aina hii ya siasa zimetungwa kwa bahari ya utenzi. Mas-ala haya, hata ukichukua uchaguzi mmoja tuu wa sehemu za Lamu, ni mas-ala marefu sana na yanahitajia uchunguzi wake maalumu utakaozaa vitabu vyake mbali. Huu ni mfano mmoja muhimu wa utendakazi wa utenzi.

Aina zote nyingine tulizozitaja na tulizokuwa hatukuzitaja, zenye kutungiwa tenzi, kila moja ina mifano yake mingi. Lakini tenzi, kama tunavyoelewa, ni tungo za beti nyingi. Pili, tungo za utenzi ni nyingi sana katika fasihi ya Kiswahili na nyingi katika tungo za utenzi zimehifadhiwa kwa maandishi na nyingine zimechapwa vitabuni pia. Sababu za kuhifadhiwa katika miswada tumekwisha zitaja. Kwa sababu tungo za utenzi aghlabu huwa ni za beti nyingi, na mifano inapatikana madukani katika vitabu na pia vilimbo vya kushikia maneno kwa urahisi, basi kutoa mifano mingi ya tenzi itakuwa ni kujaza kurasa za kitabu bila ya kuwapo na dharura.

4.2 Utendakazi wa nyimbo

Neno wimbo lina maana tatu muhimu. Maana ya kwanza ni ya maneno yanayoimbwa. Pili, mahadhi yenye kupigwa kwa ala huita wimbo pia. Tatu, utungo wa mishororo mitatu nao pia huitwa wimbo. Kwa nini basi utungo wa mishororo mitatu ukaitwa wimbo, sawa na mahadhi yanayopigwa kwa ala? Sababu kubwa ni kuwa tungo zinazoimbwa kwa mahadhi mbalimbali na kupigiwa ala aghlabu huwa ni tungo za bahari ya wimbo. Inaonesha kuwa hapo kale bahari iliyokuwa ikiimbwa zaidi kwa mahadhi na vinanda ilikuwa ni ya wimbo. Mpaka leo, bahari ya wimbo ndiyo inayotumiwa sana katika mambo ya sherehe. Lakini sherehe si lazima ziwe zinatokea miongoni mwa umma wa watu. Hata watu wawili pia huweza kusherehekea yao baina yao, na katika mambo yao, kutungiana nyimbo.

Tunaweza kusema kuwa katika bahari zote za tungo za Kiswahili, hakuna bahari yenye mikondo mingi kama bahari ya wimbo. Wingi wa mikondo hiyo inatokana na matumizi mengi na mahadhi mengi ya nyimbo. Hakuna bahari ya tungo za Kiswahili inayotumiwa zaidi katika maisha ya kila siku kama bahari ya wimbo. Katika sehemu zifuatazo tutadokoa tu juu ya matumizi hayo ya nyimbo kama tulivyofanya katika kueleza utendakazi wa utenzi na kama tutakavyofanya katika kueleza juu ya bahari nyinginezo pia.

Moja katika utendakazi mkubwa sana wa nyimbo za Kiswahili ni kufurahishana. Katika kumbo hili, tunaweza kupata nyimbo ambazo ukiziangalia utaona kuwa maneno yake ni yenye kuudhi. Lakini ukichungua utaona kuwa ingawa maneno ya wimbo huenda yakawaudhi wenye kushambuliwa au kutukanwa, lakini lengo lake kubwa ni kuwafurahisha au kuwapumbaza wengi zaidi wanaosikiliza yanayonenwa au yanayojadiliwa. Wasikilizaji hufurahika na yanenwayo kwa sababu ya lugha, hoja, na ufasaha uliotumika. Nyimbo za aina hii nyingi zaidi hutungwa ngomani – katika maharusi na ngoma, kwa mfano, ngoma ya kibati ya Kipemba. Hutungwa pia katika hafla nyinginezo za furaha na pia katika tarabu na hutungwa, halikadhalika, wanapokutana watu kwa furaha nyingi nyinginezo. Nyimbo nyingi za aina hii hutungwa papo kwa papo na baadhi huandikwa kabla ya kuimbwa katika hafla kama tarabu; nyingine huandikwa ili kupelekwa pamoja na zawadi, kama wafanyavyo Wazungu wengi wanapopeleka zawadi pamoja na kadi yenye tungo. Katika sehemu ifuatayo tutatoa mifano tafauti ya utendakazi wa nyimbo.

4.3 Utungaji wa papo kwa papo

Kila sherehe penye mashaha na malenga, tokea kale, palikuwa na tungo zilizotungwa papo kwa papo na katika hizi palikuwa na zile za kujibizana na malumbano. Katika sherehe nyingi za harusi, khasa za sehemu ya Kaskazini, iwapo wapigaji magoma na ala si wa vyama rasmi vya tarabu, bali ni watu wenyewe, hakukosi kuimbana. Katika harusi za Kiamu, khasa upande wa wanawake, watungaji walikuwa wakiimbana usiku kucha. Kwa ukosefu wa bahati nyimbo hizo zimetoweka na matokeo yake, kwa sababu hakuna aliyeyashika maneno kwa kilimbo wala haikuwezekana kuziandika nyimbo za aina hii, maana tungo hizo aghlabu huwa zinatungwa moja baada ya mwenziwe. Na wenye kuzikumbuka tungo za aina hii huwa wanakumbuka beti chache tu. Katika Mlango wa Tatu tumetoa mfano mdogo wa nyimbo zinazotungwa papo kwa papo penye mkutano wa furaha. Iwapo mfano huo hautoshi, basi msomaji mwenye hima anaweza kusoma mfano mwingine katika utangulizi niliouandika katika kitabu kiitwacho *Umbuji wa Kiwandeo*. Mfano huo ni wa nyimbo zilizotungwa papo kwa papo na wanawake katika harusi moja ya Kiamu. Mfano wenyewe ni wa majadiliano juu ya maana na athari ya mapenzi yamkumbapo mtu[55].

Uswahili kuna aina nyingi za ngoma ambazo watu huimbana. Kwa mfano, katika kisiwa cha Pemba kuna ngoma maarufu iitwayo kibati au cherewa au mara nyingine mdebe ambayo utamu wa ngoma hiyo ni tungo zake za malumbano ya papo kwa papo. Lakini si lazima pawepo midundo ya ngoma ili Waswahili, khasa walioko Kaskazini, kutungiana nyimbo papo kwa papo. Mfano nilioutoa katika mlango wa tatu wa nyimbo nilizozilimba na kuzinakili ni ushahidi mzuri wa haya.

4.4 Nyimbo nyingi huwa na kisa chake

Uzuri wa nyimbo nyingi na pia mashairi mengi ya Kiswahili, ni kuwa zina sababu zake zilizopelekea kutungwa tungo hizo. Mara nyingi asili ya Waswahili kuzikumbuka na kuzihifadi nyimbo maalumu ni kwa sababu mbili, kwanza kuwa tungo zenyewe ni nzuri na, pili, matokeo yake yaliyosababisha

---

55 Nabhany na Shariff, *Umbuji wa Kiwandeo*, tumetaja, ku. 24-5.

utungaji wa hizo tungo ni yenye kufurahisha au kusisimua. Wenye kuhifadhi wengi hupendezewa na haya mawili ndipo walipohifadhi tungo hizo na mikasa yake. Wenye kuhifadhi wengi wameziweka katika hazina za bongo zao tungo hizo na mikasa yake ambayo imepitika zamani. Lakini nyimbo zilizotungwa na Waswahili hazina idadi, kwa hivyo mifano yoyote itakayotolewa katika kitabu chochote itakuwa ni mfano wa kuchota maji kwa kibuyu katika kisima chenye maji lembelembe.

4.5 Badala ya maneno ya kawaida

Kama tulivyosema katika Utangulizi wa mlango huu, hakuna sanaa ambayo Waswahili wanaipenda zaidi ya tungo; wala hapana sanaa ambayo Waswahili wengi wenyewe ni wasanii kama sana ya tungo. Ni hakika pia kuwa Waswahili wengi sana hupenda kusikiliza maneno yaliyonenwa kwa ufasaha; na iwapo maneno hayo yamenenwa kwa tungo, basi hadi 'umewauza' Waswahili hao. Mara nyingi Mswahili anapotaka kumfurahisha mwenziwe kwa maneno, huwa anamtungia tungo au, iwapo hawezi kutunga mwenyewe, basi humuendea shaha au malenga anayemjua ili amtungie ayatakayo; mradi amweleze mwenziwe ayatakayo kwa utungo. Lakini Waswahili wengi huweza kutunga panapo haja, na mifano ya matokeo yaliyosababisha utungaji wa tungo ni mengi. Tutatoa hapa mifano michache. Kwanza nitanakili mfano ulionikuta mimi mwenyewe.

Safari moja mnamo mwezi wa Ramadhani, 1983, nilipokuwa Mombasa, mzee wetu Sheikh Ali Muhsin, ambaye yeye mwenyewe ni mtungaji hodari, alinialika futwari mimi na Ahmed Sheikh Nabhany na Fahmi Mbarak Hinawy. Katika kutufanyia mambo ya kutufurahisha Sheikh Ali alitusomea tungo zake za kupumbaza alizozitunga na akatutunukia nakala za kitabu chake cha tenzi kukhusu maisha ya Mtume Muhammad, kiitwacho Ruwaza Njema. Baada ya futwari, Nabhany akamshukuru Shekh Ali kwa maneno haya:

Hasanta Shekhe Ali kutualika futwari
Kutulisha zitu ali ziliwa tamu zizuri
Zilopikika kamili upishi wa Zinjibari

Akaongeza Fahmi yafuatayo:

> Twashukuru Shekhe Ali Twapenda kukujulisha
> Ni mila ya kiasili wageni kukaribisha
> Seuze na maakuli Bi. Azzah alotulisha

Na mimi pia nikamshukuru Sheikh Ali kwa tungo nzuri alizotupumbaza nazo:

> Tumefurahi mitima yako maneno mazuri
> hayo uloyasema utamu wa ushairi
> Atawajazi Karima awatiye na sururi

Sehemu kubwa ya nyimbo hutumika katika kupelekeana khabari za aina yoyote ya kimaisha ya kila siku khasa yanayokhusu mambo ya ukhusiano. Kila pale panapohitajiwa mawazo, yasiyokuwa marefu kuelezwa kwa utamu na uzuri, basi wengi hutumia bahari ya wimbo. Kuna hazina kubwa sana iliyohifadhiwa na Waswahili ya tungo za wimbo zilizotungwa majumbani. Moja katika jambo wanalolipenda sana Waswahili ni fikira nzuri zilizoelezwa au kujadiliwa kwa lugha nzuri ya tungo. Ndipo tukaona Waswahili wengi wakihifadhi tungo za aina hii. Hapa tutatoa mfano wa nyimbo kama hizo zilizotungwa katika karne iliyopita na Sayyid Abi Bakr bin AbdirRahman, ambaye, maarufu, alijulikana kwa jina la Mwinyi Manwsabu (ma 1828 1922).

Mwinyi Manswabu alikuwa ni mmoja katika wanazuoni wakuu Uswahilini na alikuwa ni qadhi pia. Halikadhalika alikuwa mtungaji maarufu, khasa wa tungo za kidini. Inasemekana kuwa safari moja alipokuwa yuko mji mwingine, mke wake aliyekuwa akiitwa Chema, alipelekewa khabari na kidudumtu kuwa mumewe ameoa mke mwingine huko aliko. Bibi Chema akampelekea salamu mumewe kumuuliza haya. Mwinyi Manswabu akamjibu kwa nyimbo hizi:

MLANGO WA NNE

K'ishika na shike   la kweli t'asema
Kama nina mke   isokuwa Chema
Nimemtwalike   nanangu fahama
Kama ni wa Amu   au Zinjibari
Kwangu ni haramu   Kama khinziri
Mwambiye dhalimu   afanye shauri [56]

Utaona katika beti mbili hizi kuwa Mwinyi Manswabu ametumia uhodari mkubwa si wa kutunga tu, bali wa maneno aliyoyanena ili kumhakikishia mkewe ampendaye kuwa hana mke mwingine na wala hataoa mke mwingine baadaye.

Kwanza amenena kuwa iwapo ana mke mwingine basi amemtaliki, hanaye tena. Pili kwake yeye, mke asiyekuwa Chema, ni haramu kama nguruwe. Yaani amemuapia mkewe kuwa kumuoa mke mwingine si jambo atakalolifanya; mwenyewe amejipiga marufuku na hilo kama kula nyama ya nguruwe au khinziri. Inasemekana kuwa vile alivyokuwa akimpenda mkewe na kuzidi kumhakishia kuwa hatambadili kwa yeyote mwingine, alimtungia nyimbo hizi zifuatazo ambazo anamfananisha Nana Chema na mnazi na faida zake, na mwanamke mwingine asiyekuwa Chema anamfananisha na mkoma:

1. Mambo nimeyatafiti   k'iyapima
   Nimeona tafauti   kuegema
   Mnazi wangu siwati   kwa mkoma

2. Nayuwa si katiti   kiugema
   Na ungi wa thamarati   zisokoma
   Mnazi wangu siwati   kwa mkoma

3. Hata makumbi mawiti   nda khidima
   Ni kamba za hushbati   zilo njema
   Mnazi wangu siwati   kwa mkoma

---

56 Manswabu; Nabhany, barua, 1982.

4. Kuti hogo nda baiti ya heshima
   Kumzimbia binti au mama
   Mnazi wangu siwati kwa mkoma

5. Zigogo wat'u huk'eti wot'e umma
   Angalieni mseti ni alama
   Mnazi wangu siwati kwa mkoma

6. Lifu lichenda t'iyati likikoma
   Ni taa za khadimati kiwatuma
   Mnazi wangu siwati kwa mkoma

7. Tepe t'atiya tammati ndiyo tamma
   Kwa moto wa kibiriti huroroma
   Mnazi wangu siwati kwa mkoma[57]

4.6 Kuchezea fikira za wasikilizaji kwa mafumbo

Katika tungo zinazowafurahisha sana Waswahili, hakuna zinazoshinda zile za majibizano na malumbano, na katika nyimbo hizo, zile zenye kutumia mafumbo au maneno yenye kuweza kufasiriwa namna tafauti kulingana na mawazo ya msikilizaji, huwa zinapendwa sana. Katika tungo za aina hii hupatikana kila namna ya ufundi – uhodari wa kunena maneno yaliyopangika, ubingwa wa kujadili na kuhoji na ulumbi wa kupanga yenye kuvutia shauku za wengine – ndipo Waswahili wakavutiwa sana na tungo za aina hii. Angalia ufundi uliotumika katika ubeti ufuatao:

Naliota tangamano ziweoni k'ikuweka
Hinuwa wangu mkono kikudara kashituka
Mto kaupija meno matozi yakanishuka

---

[57] Manswabu; Zena, mswada, Mombasa, 1976.

Angalia na jawabu yake basi:

> Ewe cha feruzi kito   kinivemecho na moyo
> Shirabu yangu ya mato   unisayo wayowayo
> Laiti nisiwe mto   kakinga matozi hayo[58]

Katika utafiti wangu, nilielezwa na wengi kuwa nyimbo mbili hizi zinaonesha kuwa zimetungwa na watu wawili wanaopendana sana ambao hawaishi pamoja, ama kwa sababu ya kuwa bado hawajaoana au kwa umbali wa masafa baina yao. Lakini pia nilipewa na wengine maelezo tafauti na haya. Kwa mfano nilielezwa na bingwa mmoja[59], kuwa wenye kuangalia maneno hayo kijuujuu wataona ama watu hao wawili wanapendana kweli na kila mmoja anamtaka mwenziwe kwa dhati. Lakini alinieleza kuwa ni kinyume cha hayo kabisa. Ubeti wa kwanza, hapana shaka, umetungwa na mwanamume ambaye amemwambia mwanamke kuwa aliota na katika ndoto yake alikuwa amemuweka mwanamke huyo mapajani mwake (ziweoni). Huwezi, katika mila ya Kiswahili na mila nyingi nyinginezo duniani khasa za Kiislamu, kumuweka mwanamke, mtu mzima unayeweza kumuoa, mapajani mwako ila muwe mumekubaliana kutenda waliorukhusiwa waliooana, na hilo huwa ni la haramu kwa wasiokuwa wameoana. Pili, mtungaji anaeleza kuwa alipoinua "mkono" kumgusa (kumdara) akashituka. "Mkono" huu ni "mkono" gani? Au ni uume? (Alinihoji aliyekuwa akinielezea khabari hizi). Halikadhalika, 'machozi' pia, alinieleza mjuzi huyo, huweza kuwa ni mafumbo na huweza kuwa, kwa mfano, ni manii, khasa kwa vile neno lililotumika baada yake ni 'yakanishuka' badala ya 'yakaniteremka.' Kwa wasemao lugha za Kaskazini, 'kuteremsha' hutumiwa kwa mtu au kitu chochote; lakiini 'kushusha' hutumiwa zaidi katika kueleza utokaji wa manii katika kitendo. Maelezo haya nilipewa na bingwa mmoja. Utaona basi kuwa mafumbo huweza kumfanya msikilizaji kutembeza fikira zake kwingi sana.

Lakini na huyo bibi naye, aliendelea kunieleza mtaalamu, hakuwa na upungufu wa ulumbi katika kumjibu kwake. Kwanza alimpa taadhima ya kumuita huyo aliyekuwa akimtaka *kito cha feruzi* ambacho kimemjaa moyoni.

---

58 Nabhany, Mombasa, 1976.
59 Mjuzi huyo hakutaka kutajwa jina.

Kisha akamlaghai kwa kumwambia kuwa akimwona huwa ametosheka maana *humwondoshea wayowayo*. Mwishowe akamtumilia neno laiti. Yaani haiwezekani kabisa yeye kuwa huo mto kukinga hayo "machozi" yake. Yaani tena, haiwezekani yeye kukubali kulala naye kwa kitendo. Aliyenieleza haya, aliniongezea na kuniambia: Kwa nini basi Waswahili wasipendezewe na uhodari mkubwa sana wa aina hii ambao hupatikana sana katika tungo zao khasa za bahari ya wimbo na ushairi?

Hapa tumetoa maelezo ya aina tafauti ya beti mbili tulizozinakili. Kama tulivyosema, kuna na maelezo mengine niliyopewa kukhusu beti hizo; na hii ndiyo hali ya tungo za kimafumbo. Ni muhimu kukariri hapa kuwa iwapo hatumjui mtungaji na sababu zake za kutunga utungo wake wa kimafumbo, basi tafsiri zetu aghlabu huwa ni za kubuni **tu**. Huku kuweza kutosa katika ubongo tungo za aina hii na kuweza kuzipa maana yaliyo muwafaka apendayo msikilizaji au msomaji ni moja katika mambo yanayofanya tungo za aina hii kupendwa sana. Kwa hivyo uhodari wa tungo uko zaidi katika kuchezea bongo za wasikilizaji – na maelezo ya aina mbili tuliyoyatoa kukhusu beti mbili zilizotangulia, ni mfano mzuri wa hili – kuchezea fikira za wasikilizaji kwa kadiri hiyo huhitajia ufundi mkubwa.

Watungaji wa Kiswahili hawaridhiki kuona utungo wenye kuonesha kuwa umetuhumu kitu au umemshambulia mtu na utungo huo ukawa mzuri usipotolewa jawabu yake. Kwa hakika, bahari hii ya wimbo hutumika sana katika kupelekeana khabari zinazokhusu makhusiano ya watu ya kila siku yasiyohitajia kuelezwa kwa urefu. Kama tulivyoeleza, nyingi katika tungo za aina hii huwa ni za kimafumbo pia, khasa pale anaposhambuliwa mtu. Vilevile utaona mara nyingi mtungaji akianza kwa mafumbo, lakini katika mshororo mmoja – aghlabu wa mwisho – hueleza maneno yake kwa lugha iliyo wazi. Na maudhui yanapokuwa yako wazi, basi mafumbo huwa si mafumbo tena. Angalia mfano huu ambao nilitajiwa aliyeutunga na sababu zake, lakini nikaambiwa nisimtaje. Nilielezwa kuwa mtu fulani hapo zamani kidogo alishambuliwa hivi:

> Haitoki ufu nazi ya makoma
> Afadhali dafu lingawa koroma
> Ni kweli dhaifu hana mwiso mwema[60]

Utaona katika ubeti huu, huyo anayeshambuliwa anaelezwa kwanza kwa mafumbo kuwa nazi ya makoma haina faida kwa sababu huwezi kuikuna ukapata *ufu*, ambao unaweza kukamua ukatoa tui na machicha, kama unavyoweza kupata kutokana na nazi ya kawaida. Nazi ya koma ni ndogo sana, na kujaribu kuikuna ni kujisumbua bure. Kisha kuzidi kumtukana huyo anayeshambuliwa, anaambiwa kuwa afadhali dafu, ambalo ni nazi changa, kwani unaweza kukupa ufu au nyama iliyokunwa ya kuikamua ukapata tui kuliko koma. Kuzidi kumtukana zaidi, anaambiwa anayeshambuliwa kuwa hata dafu likiwa koroma, basi lina faida zaidi kuliko yeye aliyekuwa mfano wa koma. Katika mshororo wa mwisho ndipo mashambulio yanapojitokeza wazi kabisa, maana anaambiwa kwa lugha iliyo wazi kuwa yeye ni mtu "dhaifu" – na kwa hivyo, kama tulivyosema, mafumbo yaliyotangulia yamekuwa si mafumbo tena – na mtu yeyote aliyekuwa ni dhaifu, unamaliza wimbo, huwa "hana mwisho mwema." Basi ni matukano ya kadiri gani haya aliyotukanwa huyo aliyeshambuliwa? Lakini kama dasturi ya walumbi wa Kiswahili walivyo, hawashindwi na jawabu. Huyo aliyetukanwa naye akajibu kwa uhodari sana kwa kumwelekeza huyo aliyemuumbua kwa kumkumbusha kuwa katika kuumbua kwake, hakika, amemkejeli Mwenye enzi Mungu aliyewaumba wote pamoja na yeye huyo anayeambiwa ni dhaifu. Jawabu yake ya utungo ni hii:

> Mjazi muafu alotuandaa
> Moya kwa alifu iyoke bidhaa
> Hakuna dhaifu aso manufaa
>
> Ni ukinaifu angawa na ndaa
> Kwa Mola Raufu hazina mapaa
> Hakuna dhaifu aso manufaa

---

60 Al-Busaidy, Mombasa, 1966.

> Enyi watukufu mwalotuzaa
> Ombani Latwifu amunai baa
> Hakuna dhaifu aso manufaa[61]

Ukichungua utaona kuwa maneno mengi sana katika lugha hii yanaweza kuwa na maana zaidi ya moja. Kwa mfano, neno *simba* lina maana ya mnyama fulani maalumu, na neno hilohilo huweza kutumiwa kwa maana ya mtu aliyekuwa shujaa. Hii maana ya pili huingia katika kumbo la mafumbo, misemo na mithali. Katika mila ya Kiswahili, watu hufunzwa vitandawili na utumiaji wa mafumbo wakati wangali watoto, hata wakiwa watu wazima utaona wakitumia sana mambo hayo katika uzungumzi wao wa kila siku. Ufuatao ni mfano mwingine wa nyimbo za kujibizana zenye mafumbo; nyimbo ambazo kila aliyejaribu kunifasiria alinipa maelezo yake tafauti. Soma beti zifuatazo, wa kwanza unadai kitu na wa pili ni jawabu yake, kisha uwaulize watu mbalimbali wakueleze maana, uangalie tafauti za maelezo utakayopewa[62]:

> Kitobi fundo maini   sitasafiri t'ashuka
> Kamwambiye kaputeni   nauli yangu nataka
> Amengiya msambweni   simba meliwa na p'aka

Jawabu:

> Simba mezawa gongeni   meyewa t'ini ya tuka
> Amepijwa farikeni   meawanywa kwa zitoka
> Nyama yalipo umani   aswili ya kula p'aka[63]

Mara nyingine utaona kuwa mtu anaweza kushambuliwa na akatoa jawabu na jawabu hiyo ikawa si muwafaka sana. Yakitokea haya, si ajabu kumuona mtu mwingine akazuka na kumtolea jawabu nzuri zaidi huyo aliyeshambuliwa. Angalia mfano wa mtu aliyemwambia mwenziwe kuwa anampenda na huyo aliyependwa akamkejeli apendaye kwa maneno haya:

---

61 Al-Busaidy, Mombasa, 1966.
62 Katika utafiti wangu nilipewa maana tafauti ya beti hizi.
63 Zena, Mapokezi na maandishi, Mombasa, 1976.

> Shona sanda uzike mahaba yako
> K'ikutunda nakuchekea ziteko
> Sina nyonda na k'iwa nazo si zako

Yule aliyekejelewa akajibu haya:

> Sitoshona sanda mahaba kuzika
> Utaona kwa mngine yakiwaka
> Nyonda sina nalikifanya dhihaka[64]

Mtungaji mwingine akaona kuwa jawabu hii ni ya kujitoa kimasomaso, basi akamjibia tena huyo aliyejibu kwanza kwa wimbo huu:

> Sikukiri kilicho hai kukizika
> Ifakhiri uzinge ukiniteka
> Ni dhahiri ulimwengu huzunguka[65]

Katika bahari ya wimbo Waswahili wametungiana nyimbo nyingi sana za kila aina za kujibizana. Mifano niliyoitoa hapa, kwa wenye kutungiana kila mara, ni michache mno. Ninatumai tena kuwa kwa maneno haya, mwanafunzi atatafuta mifano mingine mwenyewe.

4.7 Nyimbo za kujibizana mfano wa vitandawili

Mara nyingi panapokuwa maisha ni shuwari na hakuna mambo mengi ya matokeo yanayowapa watungaji shauku ya kutunga, basi watungaji wengi hutungiana mafumbo kuchokozana kimawazo na fikira na kuchezea lugha na mantiki. Ule mtindo wa vitandawili waliosomea kwa wazee wao walipokuwa watoto, sasa umehitimishwa na mafumbo huelezwa kwa tungo. Hapa nitatoa mfano mmoja wa tungo za aina hii. Ingawa mimi situngi sana kama Shekh Ahmed Nabhany, lakini ilivyokuwa swahibu zangu wengi ni watungaji, basi 'panapo mawaridi, udongo hauachi kunukia,' nami panapo haja hutungiana nao. Safari moja nilipokuwa Mombasa 1983 na hapakuwa

---

64 Zena, Mapokezi na maandishi, Mombasa, 1976.
65 Zena, Mapokezi na maandishi, Mombasa, 1976.

na jambo la kutumahanisha, niliamua kumchokoza kimafumbo na nikamwandikia haya:

> Nakuja *t*wabibu   kwako filihali
> Nataka jawabu   lahini suali
> Tende na zabibu   ipi *d*awa kweli?

Nabhany hakujitosa tu na kujibu bali aliuliza:

> Swahibu sikiya   kwani kuuliza?
> Ndwee nelezeya   ilokuumiza
> Kisa *t*'akwambiya   ya kukushangaza

Nami nikamjibu bila ya kumfunulia undani bali namzungusha:

> Kwani nayaona   matunda mawili
> Yana ladha sana   mfano asali
> Tamu hushindana   lipi lilo ali?

Nabhany ni mjuzi na alijua bado namtega; Naye akazidi kuuliza:

> Hela yatatuwe   yanene bayani
> Nami nielewe   ni matunda gani
> Yana na mtiwe   au n*d*a yangani?

Nami nikamjibu:

> Ni mtende mle   mti wa si*t*awa
> Mashambani tele   watu hutunguwa
> Hali ileile   zabibu huyawa

Lakini Nabhany hakutosheka na jawabu, akazidi kuuliza:

> Shambale ni mwitu   ama limelimwa?
> Hawapiti watu   na mbwae hufumwa?
> Ni mak'onde yetu   au n*d*a kwazimwa?

Nami nikamjibu kwa mafumbo pia:

> Haliko mwituni   haliko karibu
> Wala si mjini   kwenda si taabu
> Kulingia ndani   shati mraibu

Nabahani akaona bado pana mtego, naye akauliza:

> Ni ipi taabu   kuyachuma kwake
> T'ende na zabibu   nyumbani uweke
> Uwape swahibu   kila mtu lake?

Suali niliyotupiwa ni lazima niijibu, nami nikanena:

> Huwezi shirika   kuwapa wendani
> Mtu akitaka   matunda mtini
> Shati kusumbuka   kwenda kileleni

Nabhany bado hataki kujibu, akazidi kunisaili:

> Kiwa ni mtende   p'andio hauna?
> Na katika k'onde   utambini sana
> Lazima upande   kwa kupirikana?

Masuali yakawa marefu nami nataka bado kumzungusha, nikamjibu:

> Ni kwa taratibu   kuupanda kwake
> Na hizo zabibu   utaani mwake
> Hapana sulubu   ni kwa mbinu zake.

Shekhe akawa tayari kujibu sasa na akatunga:

> Nimeifahamu   suala undani
> Niya kiwalimu   haina lahani
> Sasa itatimu   jawabu mwendani

Kwa hamu nilikuwa naitaka jawabu, basi nikamtungia:

    Niipi nambiya   nami nisikize
    Yapate neleya   shere sinicheze
    Nikome udhiya   ndwee unipoze

Nabhany ni mjuzi na jawabu kama utakavyoona ni ya kishaha:

    Mwendani pulika   ituze makini
    Nikupe hakika   yake madhimuni
    Jawabu andika   hifadhi moyoni

    Tende na zabibu   tamu mbalimbali
    Zabibu ni twibu   ya kiwiliwili
    Tende nda wajibu   hutengeza hali

    Kila uraibu   una ladha yake
    Wala si ajabu   mtu kula chake
    Babu na mababu   ndiwo mwendo wake

    Mlayi zabibu   hula ndake kuti
    Kwake ni shirabu   qatu haziwati
    Haoni taabu   hula hata mbiti

    Kwa nyingi hutanda   mabusitanini
    Endao kutunda   lazima makini
    Kwanda huifunda   endapo chuoni

    Yataka fahali   alo na uyuzi
    Awe ni mvuli   ayuwao kazi
    Akwime tutuli   usiku wa mwezi

    Kisa kuzipata   aweke nyumbani
    Kishikwa na nyota   atiye kanwani
    Hapo taik'uta   howeya ndezini

    Zabibu kusonda   ni raha adhimu
    Huziuma zanda   kwa kuzidi tamu
    Aliyo na nyonda   hukosa fahamu

Ni twiba ya ndani   damu hukutiya
Henda mishipani   na kunyong'onyea
Hupanda bongoni   ziya huregeya

T'ende nda wambeja   walo watwiribu
Hukuvika koja   alapo ratwibu
Huwa hana huja   kasitaajabu

Hangaliya kiza   na nyota mbinguni
Hukubembeleza   kaghibu yangani
Matozi heneza   bwabwai mtoni

Zina swifa zake   t'ende na zabibu
Na kupoza kwake   magonjwa kutwibu
Muwee ishike   yako hii jawabu

Hasanta sana   kwa suala yako
Uliyoyanena   haya matamko
Yenye na maana   yatokayo kwako

Shekhe Nabhany amenipa jawabu ya kunitosheleza, nami nikamshukuru:

Twabibu ni sawa   uliyonambiya
Umeyatongowa   yamenieleya
Umenipa dawa   sasa t'atumiya

T'ashirikiyana   mimi na swahibu
Na tukilishana   tende na zabibu
Hatuwati tena   hadi zitutwibu[66]

Nyimbo za kujibizana za aina hii za kimafumbo pia si kidogo katika fasihi ya Kiswahili.

Kuna na nyimbo nyingine za mafumbo ambazo hutungiwa kila mtu, na kila atakaye akatoa jawabu aonayo ya muwafaka. Nyimbo zifuatazo ni mfano wa tungo za aina hiyo:

---

66 Nabhany na Shariff, Mombasa, 1984.

Washairi funguwani   xwayuzi wa mashaira
Chombo kishehena   ndani dhahabu yenye kung'ara
Nahudha ni majinuni   husafiri hana dira

Moto hunu hunguruma   uko p'wani ufukoni
Kumetimbwa na kisima   ki katikati yangani
Mti umefuwa chuma   kwa fundi maundiyoni

Bahari imengiya moto   itazimwa na mai gani?
K'uku mezaa watoto   mayai yatazaa n'ni?
Ndovu kuandama pato   ameingia t'upani[67]

4.8 Kueleza jambo kimafumbo

Si lazima pawe na vitandawili ili mtu kutunga kimafumbo. Mtungaji anaweza kuangalia maisha yendavyo na akayaeleza kwa lugha wazi au kwa mafumbo. Mfano ufuatao ni wa nyimbo ambazo zimetungwa kueleza matokeo maalumu. Inasemekana kuwa palikuwa na ugomvi baina ya watu fulani na ugomvi huo ulisababishwa na fatani mmoja. Fitina hizo zilisababisha watu kukurubia kupigana, akatokea mtu mmoja akawaeleza wagombanao asili ya ugomvi kwa nyimbo na katika nyimbo hizo aliwataja waliokuwa wakizozana kwa kumfananisha kila mmoja na mti maalumu. Aliyekuwa mkali, kwa mfano, akamfananisha na mpilipili, na aliyekuwa mkuza wa mwili au mkubwa kwa heshima akamfananisha na mbuyu, na huyo aliyefitinisha akafananishwa na myungu:

1. Yana nione qiswa adhimu
    Tena tafsirini walimu
    Miti yalipigana mtendeti kwa mdimu

2. Hima ukaya mbiyo mpwera
    Nyuma mwembe una hasira
    Mzabibu ukasema kunyamaa ni ujura

---

67 Aballa Ba-Kathir "kadara"(?); Zena, Mombasa, 1966.

3. Hapo ukaya mpilipili
   Papo ukanena kwa ukali
   Ukaapa kwa ziyapo miti piya siijali

4. P'unde wasiyesa k'ani zao
   Nde wawene mti uyao
   Nao ni mberemende una upanga na ngao

5. Mara ukadhwihiri mtesi
   Sura zina ushiu na kasi
   Ukawambiya mpwera kwetu hakuna rakhisi

6. Zita hatuchi twapouwawa
   Uta na zembe tumetukuwa
   Mbuyu ulipopita ukasimama kuamuwa

7. Hela wateni yenu mayowe
   Tela wala siwazuzuwe
   Kuna mti una khila humshinda kitunguwe

8. Shina la mambo haya nayuwa
   Sana nimeziye kutambuwa
   Muyungu ndiyo fitina waloalisha mauwa[68]

Mtende na mdimu walikuwa wakigombana, wakatoka mpera, mwembe na mzabibu kumsaidia mtende kumhujumu mdimu. Mpilipili na mberemende wakenda kumsaidia mdimu. Mara ukatokea mbuyu ukawaambia wagombanao wasubiri awaeleze asili ya utesi wao. Ukanena mbuyu kuwa ugomvi wao umesababishwa na myungu ambao umetambaa kutia fitina, kwani ni maumbile ya myungu kutambaa chini kwa chini.

Mara nyingi watungaji wa Kiswahili huelezana mambo ambayo hayafai kuelezwa wazi, ama kwa sababu za kimila au hata katika mambo ya siasa kukhofia kuingia matatani kwa tungo za kimafumbo. Angalia mfano huu ambao unasemekana kuwa mtu anamhadharisha mwenziwe mambo ya

---

68 Zahariya Al-Nabhany, Lamu, 1976.

kisiasa, kuwa wao watatumiliwa kama chambo kunaswa ndugu zao wengine iwapo hawatatafuta njia ya kuepuka na yaliyowakabili:

> P'weza kamwambia ngisi tukae tukimarisi
> Maji yakiwacha mwamba tutakiwao ni sisi
> Wakavuliwe pamamba na wengi wa makambisi[69]

4.9 Kujibizana mtu na nafsi yake

Mara kwa mara utaona watungaji wakitunga nyimbo au mashairi na tungo hizo zikawa ni za kujibizana mtu na nafsi yake. Mfano mmoja wa tungo za aina hii ni huu ufuatao ambao mtu anasema na moyo wake, kwanza alisema haya kuuambia moyo:

> Moyo wata kudangana kunitiya p'ap'atiko
> Wala sipendi kunena niwapo na hamu yako
> Kuko wapi kupendana! dhibiti mahaba yako

Moyo:

> Kutuwa haimkini usapo kuswalitika
> Hilo ni shauri gani! Sinipe sitalishika
> Alokwambiya ni nyani mahaba husubirika!

Mtu:

> Basi utatenda iye! Vumiliya usubiri
> Na umpendao naye hayuwi zako khabari
> Nataka uiziwiye asaa yakuni kheri

Moyo:

> Kama hilo sinambiye katwaa sitoridhika
> Kwani nighilibishiye mbwa thalatha hunu mwaka
> T'aiziwiliya iye nili hali ya kondeka

---

69 Sikuwahi kumuuliza jina la aliyeuimba utungo huu wala wala aliyeutunga ni nani na tarekhe siikumbuki maana ni zamani.

Mtu:

> Moyo nenda kwa kuyuwa   kwa taratibu na khila
> Uwapo mbwa kughumiwa   ni kuyondoleya mila
> Kuzinga ukihadawa   kuyandika na madhila

Moyo:

> T'apatapi taratibu   nami napenda kwa dhati!
> Kutambuwa la aibu   haihati haihati
> Na iwapo matulubu   itaabani hiyati

Mtu:

> Tafadhali moyo wangu   sinondolee fikira
> Tena yuwa ulimwengu   zamani hazina ghera
> Mpendi hapati fungu   ila shida na madhara

Moyo:

> Niwata nandame nyonda   usinilaumu moyo
> Huba ni nyembe hutinda   sinitiye wayowayo
> Hakwangalina kupenda   uwazapo yot'e hayo

Mtu:

> Nipetwe na mshangao   wala hamu haikomi
> Mwiso riziki nilao   ni shajarati zaqumi
> K'iwata yende yendao   khasara zote na mimi[70]

4.10 Katika harusi na baadhi ya magoma mengineyo

Katika harusi za Kiswahili na pia katika sherehe zao nyingi nyinginezo huwa pana ngoma. Katika nyingi ya ngoma hizo huwa pana uimbaji wa tungo. Tungo nyingi katika furaha hizo huwa ni za bahari ya wimbo. Kama tulivyonena kabla, hii ni sababu moja ya bahari ya wimbo kuitwa wimbo.

---

70 Al-Busaidy, Mombasa, 1966

Tungo za wimbo ni za aina mbili. Aina ya kwanza ni zile nyimbo zenye kutungwa papo kwa papo. Aina ya pili ni ya nyimbo ambazo hutungwa kabla ya sherehe yenyewe (na pengine hutungiwa pia mahadhi yake maalumu kabla ya sherehe). Lakini katika sherehe nyingi zaidi, utasikia nyimbo za aina tatu. Yaani, waliohudhuria huimba nyimbo maarufu za zamani; pili, hutungwa nyimbo mpya **kabla** ya sherehe yenyewe; na pia hutungwa nyimbo mpya **katika** sherehe hiyo. Nyimbo maarufu za zamani zenyewe, huweza kuwa zimetungwa kwenye sherehe nyingine hapo kabla, au zimetungwa kabla ya sherehe hiyo ya awali. Kwa hivyo, tunaweza kusema kuwa hizi nyimbo maarufu za zamani huingia katika kumbo la tungo zilizokwisha kutungwa kabla zinapoimbwa katika sherehe mpya.

Kwa kawaida kuna 'mahali' pa aina tatu panapotungwa au kutungiwa nyimbo. Kwanza, nyimbo hutungwa popote, khasa majumbani. 'Mahali' pa pili ni katika sherehe za harusi na magoma mengineyo ya furaha ambako, ingawa nyimbo zilizokwisha kutungwa kabla huimbwa pia, lakini nyingi katika nyimbo zinazoimbwa hutungwa papo hapo. 'Mahali' pa tatu ni katika vyama vya tarabu. Vyama vya tarabu ni vya aina mbili. Kuna vile vikubwa, kama Akhwani Safaa kilichokuwa Unguja na Johar kilichokuwa Mombasa. Katika vyama vya aina hii, tungo zake zote na mahadhi ya kuimbia nyimbo hizo huwa yametungwa kitambo kabla ya hafla yenyewe. Katika hafla za vyama hivi, lengo lake ni kuwavutia watu waje kusikiliza uhodari wa upigaji wa ala, uliotumika kutunga mahadhi mepya, pia sauti nzuri za waimbaji. Katika hafla za vyama vikubwa huwa hakuna kucheza wala kuimbana. Aina ya pili ni ya vyama ambavyo huimba nyimbo zilizotungwa na kutiwa mahadhi kabla ya hafla yenyewe, lakini vilevile huweza kuimbwa nyimbo mpya zilizotungwa papo kwa papo, na pia kuwapa watu fursa ya kucheza. Vyama hivi ndivyo vyenye kupiga katika maharusi mengi ya Kiswahili leo, khasa harusi zinazosherehekewa katika miji mikubwa kama Mombasa na Unguja. Ni kawaida sana kuona nyimbo nyingi za watu zilizotungwa majumbani majuzi, na nyingine zilizo za siri, kusikia zikiimbwa katika vyama vya tarabu leo.

Panapo vyama vidogo vyenye kupiga katika maharusi na furaha nyinginezo, huimbwa nyimbo za aina tatu. Kuna zile ambazo hazikukusudiwa kumuimba mtu au watu maalamu, na iwapo mtungaji alimkusudia mtu fulani, basi mtu huyo huwa hajulikani na wasikilizaji wengi zaidi. Nyimbo hizi ni tungo zinazowaelekea wengi na maisha yao. Pili, kuna nyimbo za 'uchokozi' ambazo zina lengo la kuwachokoza au kuwashambulia watu maalumu. Nyimbo za aina hii aghlabu hujibiwa. Iwapo wenye kuchokoza na wenye kuchokozwa wote wapo katika sherehe hiyohiyo, basi hulumbana. Iwapo walioshambuliwa hawapo, maana wana chama chao mbali na hawasherehekei pamoja, basi ngoja walioshambuliwa wapige ngoma yao safari nyingine, usikilize ulumbi wa jawabu zao. Vyama kama hivi hupatikana kwingi Uswahilini. Kwa mfano, katika kisiwa cha Unguja kuna vyama vya wanawake viitwavyo *Nuru 'l Uyuni na Royal Air Force*. Mombasa kuna vyama vya tarabu, kwa mfano, Cha Zein, cha Bhalo na cha Matano. Ingawa vyama hivi ni mbalimbali, lakini kuna wakati mwingine huwa pana harusi nyingi Mombasa kwa usiku mmoja. Iwapo patatokea nyimbo ya kuwashambulia walioko katika sherehe ya pili, basi ni kawaida kumuona mtu aliyehudhuria huku kwenda kuwaeleza walioko katika sherehe ya pili mashambulio yaliyoimbwa huku. Muda si muda utasikia jawabu za walioko katika sherehe ya pili. Vilevile kuna wenyeji tu kukutanika katika sherehe, kwa mfano, na mwenye kujua kupiga ala fulani akapiga na wenye kuimbana wakaimbana. Katika mikutano mingine huwa hakuna hata ala za kupigia ngoma na walioko wakaimbana. Mfano wa nyimbo za aina hii tumekwisha kuutoa mwishoni mwa mlango uliopita nilipozungumza juu ya utungaji wa papo kwa papo, katika sehemu ya **Wimbo hutoka ngomani**.

Katika tungo za kujibizana, kuna na nyimbo za kuchokozana. Kwa Waswahili, mambo ya mizaha, maskhara na kuchokozana hutendeka sana. Katika tungo zao pia, Waswahili wamelumbana na kuimbana juu ya mambo mengi sana ya mizaha. Mizaha mingine ni ya kufurahisha na mingine huingia katika kumbo la mambo ya matusi, kuadhiriana na kusutana, na pengine, yenye lengo la kuudhi baadhi ya watu na kuwafurahisha wengine. Kwa mfano, unaweza kumpata mtu ambaye amefanya jambo la makosa au la uchafu na ukaona mtu huyo na mambo yake akiimbwa hadharani. Na si ajabu kumuona mtu huyo naye akajitetea au akapata wa kumtetea kwa sauti za wimbo, ala na mahadhi ya kuvutia. Mifano ya tungo za aina hii hupatikana kwa wingi sana Uswahilini.

Wanachama wa vyama vya ngoma kama vile Nuru 'l Uyuni na Royal Air Force huwa wanachunguana na kutafitiana ya kombo na ya aibu na kipatikanacho chochote humalizikia ngomani. Inasemekana kuwa katika siku za karibuni vyama viwili hivi vilishambuliana kwa nyimbo hata ikabidi serikali na wazee waingie kati ili kupunguza mashambuliano ambayo wengi waliamini kuwa yalipindukia kiasi. Vyama vya aina hii vinatoka mbali katika tarekhe ya Waswahili. Takriban kila mji wa Kiswahili ulikuwa na, na mpaka leo hupatikana, vyama vya aina hiyo.

4.11 Mifano ya nyimbo za tarabu

Sherehe ni za aina nyingi Uswahilini, na aina za nyimbo zinazoimbwa katika sherehe hazina idadi. Tunaweza kusema kuwa kila aina ya mambo yanayokhusu maingiliano ya kimaisha baina ya watu na hisi zao huweza kutungiwa nyimbo. Kumbo moja kubwa la tungo za wimbo zinakhusu mapenzi. Nyingi katika nyimbo za mapenzi ni za kimafumbo, na kama tulivyokwisha kueleza, Mswahili si aghlabu kuimba juu ya kitu kama tunda au ua (uwa) au ndege na kitu hicho kikawa si fumbo lenye maana ya mtu, na likawa limekusudiwa jambo hilohilo lililotajwa. Kwa hivyo tusikiapo utungo ukinena kwa mfano: "Tufaha liko mtini, kulila nalitamani," au "Nalipita kitaluni kwenye wingi wa mauwa," tunaelewa kuwa "tufaha" ni msichana na "mauwa" ni wasichana. Wasikilizaji hupenda sana tungo za aina hii maana humrukhusu mtungaji kueleza yale ambayo hayafai kuelezwa kinagaubaga. Maadamu tunaelewa kuwa matunda au maua ni wasichana kwa mfano, na ilihali kwa dhahiri mtungaji anazungumza juu ya tunda, basi mtungaji anaweza kutueleza mengi ambayo harukhusiwi na mila yake. Angalia mfano wa beti nne za nyimbo zilizotungwa na Bwana Hemed Said na kuimbwa na Maulidi Muhamed 'Machaprala' katika chama cha Akhwani Safaa labda katika mongo wa 1950:

1. Nalipita kitaluni   kwenye wingi wa mauwa
   Na matunda ya peponi   mazuri ya kuchaguwa
   Zabibu na marumani   vyote vyajifyaraguwa

2, Ewe moyo tamakani   zabibu hujazijuwa
   Hatuzijuwi za nani   vipi tutazichukuwa
   Hebu mlani shetwani   hizi na kunazi sawa

3. Moyo umeshika kani zabibu kuzitunduwa
   Japo ziwe za shetwani mimi nitazitunduwa
   Nizichukuwe nyumbani nizile za kukamuwa

4. Zabibu zi mikononi mwenyewe kanigunduwa
   Na moja imo kinywani sijaila sawasawa
   Kanitiya gerezani na zabibu kachukuwa[71]

Tuseme msikilizaji atayapa maneno "zabibu," "marumani" na "mauwa" maana ya, kwa mfano, wasichana wazuri wenye sura jamali, basi angalia namna gani mtungaji anavyochezea hisi za waume, wapendao wasichana, watakaoyapa maneno hayo maana hiyo. Katika fikira za wasikilizaji hao itakuwa mtungaji amesifu uzuri wa wasichana hao, kisha amefika hadi ya kunena kuwa alikurubia kumpata mmoja, lakini 'afan alayk,' ingawa "zabibu" zilikuwa mikononi na moja imo kinywani hajaila sawasawa akagundulikana na kuingia matatani. Yote haya anaeleza kimafumbo. Kwa hivyo ingawa mtungaji amemuachia msikilizaji afikiri apendavyo, ni msikilizaji, wala si mtungaji, ambaye ameyapa maneno hayo maana makhususi.

Kama tulivyosema, kumbo kubwa la nyimbo za tarabu ni za aina hii ya mafumbo ambayo humpa mtungaji uwanja wa kueleza mambo ambayo mila ya Waswahili hayamrukhusu kueleza waziwazi. Pia inamrukhusu kuchezea fikira za wasikilizaji, na kila msikilizaji kuzipa nyimbo kama hizo maana aipendayo.

Nyimbo zinazoimbwa sana katika vyama vya tarabu ni nyimbo za mapenzi. Katika nyimbo hizi mtungaji huueleza mapenzi "yake" juu ya ampendaye. Lakini mara nyingi pia mtungaji huwa anatunga tu kufurahisha wengi wanaopenda wala apendaye si lazima awe ni yeye. Mtungaji huwa ametunga 'kwa niaba' ya wanaopenda, na wengi miongoni mwa wanaopenda wakaona nyimbo hiyo ni muwafaka na mapenzi yao. Mfano mzuri wa utungo wa aina hiyo ni wa nyimbo ya zamani ya mkondo wa vina vitoto ambayo karibuni imeimbwa na Zein al Abidin katika chama chake, na maneno ya nyimbo zenyewe zinasifu ubora wa mapenzi ya mtungaji kwa sifa kuu:

---

71 Akhwani Safaa, Unguja Zanzibar, 1976.

TUNGO ZETU

1. Asharati li ashara
   Mahaba haya ni bora
   Yashinda Banu Udheira

2. Kwanda niwape khabari
   Ilo ndani mwa swadiri
   Munitolee shauri

3. Pili t'awaarifiya
   Pendo limezoningiya
   La tanda mtu mpiya

4. La tatu sina kituo
   Kwa huyo nimendao
   Nimetamani pumbao

5. Lane kuti ni tamaa
   Kwa huyo nuru ya taa
   Mpendi haoni ndaa

6. La tano niyapo swali
   Kimkumbuka khalili
   Hukuka nyama muili

7. La sita silali tena
   Usiku wala mtana
   Wenye kupendwa hakuna

8. La sabaa mwafahamu
   Nduza musinilaumu
   Mahaba yana wazimu

9. La nane moyo swubiri
   Siitiye tahayuri
   Asaa ya kuni kheri

10. La *t*isiya nitendeni
    Kuuonya hauoni
    Moyo wangu wa tamani

11. Kumi mpendi kipenda
    Ndiyo aswili ya nyonda
    Hachi nyembe kumtinda[72]

Kumbo jingine ni la nyimbo zinazokhusu kila aina ya mambo ya kimaisha yanayomkhusu Mswahili. Nyingine katika hizi ni za kimafumbo na nyingine ni za lugha wazi. Katika nyimbo maarufu zilizotungwa kimafumbo ni ile ya Bibi Fatma Muhamed iliyoimbwa na Seif Salim katika chama cha Akhwani Safaa iitwayo "Kinyonga." Katika nyimbo hii tunaona mtu akifananishwa na Kinyonga kwa sababu ya uhodari wake wa kuvunga:

1. Kinyonga nilimkuta   ukokani akicheza
   Majani yanayonata   katu yasiyopendeza
   Mara aliponifata   mimi sijampuuza

2. Huku nenda huku rudi   kinyonga alinicheza
   Manjano mara waridi   hana rangi alosaza
   Leo nimemfaidi   kinyonga ameteleza

3. Mnazi aloukweya   wenye kijivu cha kiza
   Japo alikakamiya   ngozi yake kukwaruza
   Rangi hakuipatiya   alibaki kujikaza

4. Wasasi wenye mikuki   wale ndio wa kutanzwa
   Si miye mwenye bunduki   kunishinda hakuweza
   Kwa mmoja hatobaki   mara Mize mara Mboza[73]

Nyimbo zilizoeleza mambo waziwazi ni nyingi sana na zinaeleza juu ya kila aina ya mambo ya maisha. Kwa sababu upana wa mambo yanayoingia katika kumbo hili ni pana sana, kutoa mifano, pengine ni kumpoteza mwanafunzi;

---

72 Zena, maandishi, Mombasa, 1976.
73 Muhamed, Fatma, madaftari ya Akhwani Safaa, Unguja, Zanzibar, 1959.

ni muhimu mwanafunzi mwenyewe afungue masikizi na kusikiliza nyimbo kama hizo.

Kumbo jingine ni la masuali na jawabu na la majadiliano juu ya jambo fulani. Mfano mzuri wa nyimbo hizi ni nyimbo zilizotungwa na Shaib Abeid zinazouliza "Nilaumu macho au Moyo" mtu alipopenda, na jawabu aliyoitowa Hemed Said Bahry iliyojibu kuwa "Laumu macho na moyo"; nyimbo ambazo zilipata kuimbwa zamani katika chama cha Akhwani Safaa:

1. Moyo umesalitika na sababu macho yangu
   Tena n'naatilika nidirikini wenzangu
   Mwisho utafedheheka kupenda kitu si changu

2. Na moyo hausikii umeshitadi wenzangu
   Wala haujizuii ukaficha pendo langu
   Bali hufanya bidii unitoe roho yangu

3. Macho yangu yamenena lawama hizi si zangu
   Mimi kweli nimeona nikafumba mboni zangu
   Moyo subira hauna niutendeje wenzangu

4. Wa kumshauri sina nikampa siri yangu
   Laiti angeniona akajua siri yangu
   Nakufa huku naona na sababu moyo wangu[74]

Ifuatayo ni jawabu ya nyimbo iliyotangulia:

1. Umeuliza suali jawabu nakuleteya
   Uamuzi wa halali hukumu iso khatiya
   Itakuwa ni muhali kimoja kukioneya

2. Jicho ndilo la awali mashaka kukuleteya
   Moyo ukawa wapili matatani kukutiya
   Adui hawa wawili walaumu wote piya

---

74 Zena, Mapokezi na maandishi, Mombasa, 1976.

3. Jicho hufanya idili wazuri kuwavumbuwa
   Moyo bila ya suali upendae huchaguwa
   Nawe hufurahi kweli mapenzi kuyachukuwa

4. Jicho halitokubali mzuri kumfumbiya
   Na moyo kwake thaqili mpenzi kumuachiya
   Moyo hauna akili jicho halina paziya[75]

Katika nyimbo zinazoimbwa katika vyama vya tarabu huweza pia kuingia kumbo la nyimbo za 'kujibizana' ambazo ni tafauti na hizi za 'suali na jawabu,' yaani, nyimbo zinaweza kuwa ni majibizano baina ya watu au makundi mawili au zaidi. Katika nyimbo maarufu za aina hii katika zama zetu ni zile zijulikanazo kwa jina la *Wake Wenza*, na *Subalkheri Mpenzi* zilizoimbwa Unguja. Nyimbo za aina hii zimeanza kuimbwa zamani sana na Waswahili, na mifano tumekwisha kuitoa. Lakini pia, tungo za kujibizana zinaweza kuwa zimebuniwa na kutungwa na mtungaji mmoja tu. *Wake Wenza* na *Subalkheri Mpenzi* ni mifano ya nyimbo za kujibizana ambazo hutungwa na mtungaji mmoja, yaani mtungaji mmoja huwa yeye ndiye anayebuni hayo majibizano na ndiye anayewasemea wote wanaojibizana katika tasnifa zake.

Ni dhahiri si nyimbo zote zinazoimbwa katika sherehe kuwa ni za mapenzi. Nyimbo zinazoimbwa huweza kukhusu jambo lolote la kimaisha, mradi jambo hilo liwe lina maana kwa wasikilizaji wengi. Wala si tungo zote zinazoimbwa katika vyama vya tarabu huwa ni maneno tu ya kufurahishana yasiyokuwa yamesababishwa na matokeo au matendo ya mtu maalumu. Mara nyingi nyimbo zinazoimbwa huwa zimesababishwa na jambo maalumu linalopitika au lililotokea. Na mifano ya nyimbo za aina hii tunaimbiwa kila siku khasa katika maredio na katika sherehe za tarabu na za harusi.

4.12 Tukimaliza juu ya nyimbo

Tukimaliza maneno yetu juu ya maelezo ya utendakazi wa nyimbo, tunaweza kusema, ni dhahiri kuwa matumizi ya bahari hii ni mengi sana. Mambo mengi yanayokhusu maingiliano ya Waswahili ya kila siku,

---

75 Abeid, Shaib, madaftari ya Akhwani Safaa, Unguja, 1960.

yasiyohitajia maelezo marefu, huweza kutungiwa nyimbo – iwapo ni kufurahishana, kueleza hisi za mapenzi, kuchokozana na kufanyiana dhihaka, kutukanana kwa kimafumbo na kwa lugha iliyo wazi, kulalamika, kushukuru, kupeleka pamoja na zawadi (kishada), kukaribisha na kadhalika – Kwa dasturi, haya si mambo yanayoelezwa kwa utenzi. Lakini, baadhi ya mambo haya, aghlabu yakiwa yamekuwa ni 'mazito,' mara nyingine huelezwa kwa bahari ya shairi.

4.13 Utendakazi wa mashairi

Katika mila ya Kiswahili, bahari tatu ndizo zenye kutumika sana; nazo ni utenzi, wimbo na shairi. Tafauti za bahari hizi kwa upande wa urudhi zinatokana na mishororo yao. Utenzi ni ubeti wa mishororo miwili, wimbo mitatu na shairi, aghlabu, ni mine. Kwa hisabu ya mishororo, tunaweza kusema kuwa ubeti wa shairi ni mkubwa kwa mara moja u nusu ya wimbo, na mara mbili ya utenzi. Kila mishororo ya ubeti ikiwa ni kidogo, na utungaji unazidi kuwa mwepesi. Kama tulivyoeleza kabla, utungaji wa tenzi ni mwepesi zaidi ya nyimbo, na nyimbo zaidi ya mashairi. Usikilizaji wa beti za tenzi pia hauchokeshi kama nyimbo na nyimbo hazichokeshi kuzisikiliza kama beti za mashairi. Ndipo tulipoona kuwa tenzi hutumiwa katika kutungia na kueleza mambo yenye kuhitaji maelezo marefu, lakini nyimbo na mashairi haziwi na beti nyingi kama tenzi.

Mashairi kama nyimbo hutumiwa pia katika mambo ya kimaisha na mashairi huweza huimbwa katika vyama vya tarabu kama ziimbwavyo nyimbo. Nini basi tafauti iliyopo baina ya matumizi ya wimbo na shairi? Tafauti kubwa baina ya bahari mbili hizi zinatokana na mambo yafuatayo. Ingawa mpaka leo kuna watungaji wengi wanaotunga mashairi kwa kichwa tu, bila ya kushika kalamu na karatasi, lakini si watungaji wengi wenye kuweza kutunga papo kwa papo kwa bahari ya ushairi kwa beti nyingi kama wawezavyo kutunga kwa utenzi. Ingawa watungaji wengi, khasa wale walioko Kaskazini ya Uswahilini, hutunga mashairi kwa kichwa tu, lakini wengi huhitajia muda kutunga beti zao. Ni mashaha wa kweli wenye kuweza kutunga papo kwa papo kwa beti nyingi kwa bahari ya ushairi isiyorejelea mshororo wa mwisho kila ubeti; na watungaji wenye kipawa kama hicho si wengi katika hizi zama zetu. Watungaji wengi wa mashairi leo, ama huhitajia mwia mwingi kutunga beti zao au huhitajia kalamu na karatasi. Haya ni baadhi ya mambo yaliyofanya mashairi kuwa bahari yenye kuhishimiwa sana na kuwa ndiyo bahari inayotumiwa katika kueleza mambo yaliyokuwa muhimu au yaliyo rasmi.

Kweli 'umuhimu' na 'urasmi' wa jambo si kitu kinachoweza kupimwa katika mizani na jambo lililo rasmi kwa mtungaji mmoja huweza kuwa si la rasmi kwa mwingine, lakini tafauti yao kubwa iko hapo katika ukuu unaopewa hilo jambo linalozungumzwa. Ndipo tukaona kuwa mambo ya siasa, vita, majadiliano ya mambo yenye kuathiri maisha, nasaha zinazokhusu matokeo maalumu na kadhalika hutungwa kwa mashairi. Vilevile, mashairi hutumiwa katika kuchemsha bongo kwa fikira na pia katika kuchezea lugha. Ni kweli pia tukisema kuwa leo si watu wengi wenye kuelewa tafauti hizi za matumizi ya bahari mbalimbali. Leo kuna watungaji ambao hutumia bahari yoyote ile katika kutunga juu ya jambo lolote. Lakini hivyo sivyo ilivyokuwa katika zama zilizopita. Hapana shaka kuwa njia bora zaidi ya kuonesha tafauti hiyo ni kutoa mifano ya vile mashairi yalivyotumiwa na kumuachilia msomaji mwenyewe afananishe tafauti zilizopo baina ya bahari hizi tulizozieleza.

4.14 Mashairi katika siasa

Tukiangalia tarekhe ya fasihi ya Kiswahili tunagundua kuwa tungo zimetumiwa katika kueleza hali mbalimbali ya mambo tokea zama za Fumo Liyongo. Hata ilipofika karne ya kumi na nane, tunaona kuwa tungo zimekuwa ni moja katika lugha inayotumiwa sana katika maisha. Fungamano baina ya utungaji wa tungo na hali ya maisha ya Mswahili yamesukana kwa kadiri ambayo mila chache tu ulimwenguni zimefika kiwango hicho. Katika sehemu tuliyozungumza juu ya utendakazi wa tenzi tumeeleza kuwa tenzi hutumiwa sana, sehemu za Lamu, katika siasa na kupigania uchaguzi. Lakini tukizichungua tenzi hizo, tunagundua kuwa zimetumika katika **kueleza kwa urefu** mambo yanayokhusu uchaguzi huo na wanaopigania viti. Hivi sivyo yanavyotumiwa mashairi. Ingawa kuwa mashairi yalitumika sana katika misukosuko ya siasa katika karne zilizopita, lakini mashairi hayakutumiwa katika kueleza mambo yanayohitajia maelezo marefu.

Katika karne ya kumi na nane na kumi na tisa, kwa mfano, kulikuwa na mashaha na pia wasiokuwa watungaji mashuhuri ambao wameturithisha hazina kubwa ya tungo zao. Sehemu isiyokuwa ndogo ya tungo hizo zinakhusu mambo ya siasa. Mashuhuri katika wavyele hao walikuwa, Ali wa Athumani (Ali Koti) na Bakari Mwengo wa Pate, Muyaka bin Haji Al Ghassany, Suud bin Said Maamiry na Muhammad bin Ahmad bin Sheikh al Mambasy wa Mombasa, Sheikh Ali bin Saad (Taji 'l Arifina) na Zahidi Mgumi wa Lamu, Kibabina wa Siu na wengi wengineo waliishi katika karne hizo.

Katika karne mbili hizo kulikuwa na misukosuko na migogoro mingi baina ya Waswahili na baadhi ya dola za nje, na pia baina ya Waswahili wenyewe kwa wenyewe. Migogoro hiyo ni mirefu sana na si lengo la kitabu hiki kuingia sana katika mambo ya kimapisi ila kwa haja tu ya kueleza tungo.

Kila mji wa Kiswahili ulikuwa ni dola mbali mpaka iliposhindwa nguvu na kutawaliwa na mji mwingine au dola ya kigeni. Mara kwa mara kulipozuka misukosuko ya kisiasa na kutiana vishindo vya bangu (vita), baina ya dola za Kiswahili, malumbano yalizuka baina ya wanasiasa na watungaji wa mji mmoja na wale walioko mji mwingine. Na mara nyingi kulikuwa na malumbano baina ya wananchi wenyewe kwa wenyewe. Hapa tutatoa mifano yetu kuanzia wakati Lamu ilipokuwa imetawaliwa na Fumo Madi wa Pate (ma 1777 1809), mpaka kupiganwa vita vya Kuduhu baina ya Wamvita na Wapate wakiwa upande mmoja na Waamu upande wa pili.

Alipokuwa akitawala Fumo Madi na Lamu ilipokuwa chini ya utawala wake, palikuwa na kijana mmoja aitwaye Zahidi Mgumi ambaye aliinukia kuwa mwanasiasa. Bwana Zahidi Mgumi alichukizwa sana na kuhisi unyonge kuiona Lamu ikitawaliwa na Pate. Katika zama hizo Lamu ilikuwa na vyama viwili – kikao cha Zena na Kikao cha Sudi – ambavyo vilikuwa vyama vya siasa wakati wa siasa na vya mambo ya kimaisha wakati wa haja na pia vilitoa mashujaa wakati wa vita. Zahidi Mgumi aliwaunga mkono wanachama wa Kikao cha Sudi[76].

---

76 Maawy, "The Early Strugles for Independence: the Story of Zahidi Mgumi, the Lamu Hero, 1760-1832," mswada alionipa 1985.

MLANGO WA NNE

Katika utawala wa Fumo Madi, Zahidi Mgumi aliinukia na kuona siasa zake na msimamo wake ukipendwa sana na wananchi wenziwe kuliko msimamo wa wanasiasa wengineo waliokuwa wakijidhalilisha mbele ya Mfalme wa Pate. Zahidi Mgumi hakuwa na kificho juu ya chuki zake na kuona Lamu ikitawaliwa na Pate. Waliokuwa wakimpinga walipeleka maneno kwa Mfalme wa Pate kumfitini na kushawishi afungwe. Katika wakati huo Fumo Madi alikuwa akijenga ngome Lamu na akaona ni muhimu kuimaliza ngome kwanza kabla hajachukua hatua ya kumrudi Zahidi Mgumi, kwani itakapomalizika na akawa na askari wake katika ngome hiyo, basi hapatakuwepo na sauti ya kumpinga; lakini kumrudi Zahidi Mgumi kabla ya ngome kumalizika kunaweza kumletea matatizo mapevu zaidi[77]. Zahidi Mgumi alielewa namna ya kucheza na siasa na alijua kadiri gani ya kuvuta na kadiri gani ya kupuliza kuliko waliokuwa wakimpinga. Aliposikia kuwa baadhi ya wapinzani wake wamekwenda Pate kumfitini, aliwatungia mashairi haya kuwakejeli na kuwaadhiri na kuwaapiza:

1. Zizi na Asha Hamadi   wakhubirini malenga
   Ayao napije hodi   milango tumeifunga
   Tumeikomeza midi   na magogo ya kupinga
   Kupa hirimu kutanga   Kuuza kilicho ndani

2. Ya mshabaka vurungu   avumizapo muyumbe
   Kusi zenu matawangu   na zandamane na p'embe
   Tukeshe yot'e makungu   kula mwenye lake ambe
   Maneno tusiyafumbe   walau tusiyakhini

3. T'at'asa p'atu mpambe   patanisha zibodoo
   Avumizapo muyumbe   siwa yetu ya Mreo
   Na yandamane na p'embe   mishindo iwe t'angao
   Tukumbuke yapitao   mapotofu ya zamani

---

77   Khabari hizi za misukosuko na vita baina ya Waamu upande mmoja, na Wamvita na Wapate upande wa pili, nimehadhithiwa na wazee wengi wa Lamu; muhimu katika hawa ni: Maawy, Nabhany na Sheikh Ahmed Jahadhmy, baadaye Jahadhmy; pia zimo katika Maawy, tumetaja, pitio 76.

4. Tukumbuke ulimwengu umezozinga duniya
   Kizazi na moya fungu kupinduliyana niya
   Kufuliziyana p'ingu ili mwende kumtiya
   Kila mt'u chamba haya achambiwa mtiyeni

5. Kula mwenye mbovu niya na wenye dhamiri nasi
   Rabbi tatuhukumiya tukuze zetu nafusi
   Kwa amri ya Jaliya aliye Mola Mkwasi
   Kufuata mfuwasi hilo halipatikani

6. Kula mwenye niya mbovu Mngwampidukiza yeye
   Moka kiwana cha ivu nale na aliyo naye
   Alifanyao mwerevu penye iyuu akaye
   Asikome mayutoye afiliye mayutoni

7. Kipilipili waume t'akukuk'uta kisiki
   Takanani tuandame kwa uhadimu wa nyuki
   Pindani usituegeme kwa miomo ya bunduki
   Tufiliye yetu haki tusiwekwe cheo duni[78]

Hapana shaka kuwa mashairi haya yanawatuhumu wapinzani wake khasa wanachama wa Zena. Mashairi haya pia yanawashawishi wajitokeze wazi na upinzani wao waangalie wananchi wako pamoja na nani. Mashairi pia yanawatuhumu na kuwasitiza wapinzani waache kumsema na kumfitini. Katika ubeti wa pili, Zahidi Mgumi anawaambia wapinzani waje katika ngoma ya gungu, wajibu hoja zake na waeleze sababu za kumfitini. Katika ubeti wa nne, tano na sita anawahujumu kwa kuwaambia kuwa wao ni vitimbakwiri na wanafiki ambao wako tayari kuwauza hata jamaa zao na katika kutenda hayo watadharauliwa hata huko Pate pia. Katika ubeti wa mwisho anawashajihi mashujaa wenziwe wasimame kiume na wawe tayari kupigana ikibidi kufanya hivyo, lakini wasiuze uungwana wao. Katika mashairi haya, Zahidi Mgumi alikuwa akisema na makundi matatu kwa wakati mmoja. Kwanza alikuwa akisema na wapinzani wake na kuwaonesha kuwa hawana wafuasi katika

---

78 Mgumi, Zahidi, baadaye Zahidi Mgumi, madaftari ya Mazrui, Mombasa, 1976 na 1983 pia Jahadhmy, mswada, Lamu, 1976.

MLANGO WA NNE

matendo na fitina zao, ili kuwavunja nguvu. Pili alikuwa akiwashawishi waliokuwa pamoja naye na kujaribu kuwavuta wengine wamuunge mkono katika kupigania haki za wananchi wenziwe. Tatu, alijua kuwa maneno yake yatamfikilia Fumo Madi, Pate, na alikuwa akimwambia mtawala kuwa kujaribu kumshika haitakuwa kazi ndogo na pengine asiweze kufaulu na hilo, au akifaulu basi atakuwa na fujo kubwa asiweze kuimiliki Lamu. Hatujui iwapo walitokea wa kumjibu, maana hatuna tungo za jawabu ya hizi. Tunajua pia kuwa Fumo Madi hakumpelekea askari wa kumkamata, pengine akingoja ngome imalizike.

Baada ya hapo, Zahidi Mgumi alipata khabari kuwa Fumo Madi atawasili Lamu siku kadhaa na akajua kuwa huenda akaingia hatiani, kwani alijua kuwa wapinzani wake watazidi kumfitini kwa Mfalme. Aliangalia mambo yendavyo na akakisia nguvu zake, akaona yumo hatarini asipowazidi akili wapinzani wake. Kwa ufupi, Zahidi Mgumi aliona njia bora ni kukutana kwa siri na Fumo Madi kabla ya kufika Lamu na kujaribu kujitetea na kumvuta mfalme upande wake kwa kumweleza kuwa hao wanaomfitini si watu wa kuaminika bali ni waramba nyayo za yeyote mwenye nguvu. Vilevile, kuwa bora kufanya usuhuba na yeye anayemweleza kweli, kuliko hao vitimbakwiri. Zahidi Mgumi alitayarisha mipango ya siri ya kuonana na Fumo Madi kwenye Mkondo wa Manda katika sambo ya Mfalme. Inaonesha kuwa Fumo Madi aliyakubali aliyoelezwa na Zahidi Mgumi, maana hata alipofitiniwa na walioko Lamu, Fumo Madi alikataa kumrudi Zahidi. Lakini Mfalme hakuficha, bali aliwaeleza Waamu kuwa yeye na Zahidi wamekutana Mkanda na kuelewana. Maneno haya yaliwafanya si wapinzani wake tu, bali hata wanachama wenziwe wa Kikao cha Sudi kutaka waelezwe yaliyopitika katika mkutano wake na Mfalme. Zahidi Mgumi alikuwa na moyo mkubwa wa ushujaa na alikuwa mlumbi wa kweli. Inasemekana kuwa kwanza alianza kuwajibu mbele ya Mfalme kuwa Fumo Madi, hapana shaka, anamhishimu mtu ambaye anatenda mambo kwa kufuata imani yake na anamweleza kweli juu ya hali ya mambo kuliko wale wanaojidhalilisha mbele yake na rohoni wakawa na mengineyo. Inasemekana kuwa alifika hadi ya kusema kuwa ni wajibu wake kupinga mambo aonapo yana hatari badala ya kukubali kila aambiwacho. Lakini juu ya ulumbi wake mbele ya Mfalme, Zahidi Mgumi alizidi kuzongwa na masuali. Moja katika jawabu yake ilikuwa kwa mashairi yafuatayo:

1. Atilia zibodoo   mbeja mpija t'asa
   Hakimu wasome zuo   welewao ni firasa
   Dori lot'e watakao   waye wandike darasa
   Kwa la khiyana kabisa   tezi wandike hukumu

2. Na ndiya yenye hasadi   ni khasara kungiliwa
   Hishima yangu abadi   nda kurai na kongowa
   Nasairiya biladi   ndipomi kawatukuwa
   Hii mila ya wendiwa   yondosize tabasamu

3. Na atowe mwenye siri   musinegeshe shutuma
   Mi hila sikukithiri   nataka yangu salama
   Amali yangu ni kheri   kwepukana na malama
   Bisharae na alama   hamutowe kufahamu[79]

Fumo Madi alifariki mnamo 1809. Kifo chake kilichipuza upya migogoro baina ya Mafumo (au waheshimiwa) walioko Pate, na ufalme ukawa unagombaniwa na Fumo Luti na Ahmed bin Sheikh. Ugomvi wao ulimpa nguvu Zahidi Mgumi, na haukupita muda mrefu Lamu ikawa nchi huru chini ya uongozi wake.

Baada ya kifo cha Fumo Madi, ujenzi wa ngome ulisita na haukuanza tena mpaka 1810 walipopata msaada wa Wamvita. Hadi 1812/3 ngome haikumalizika, lakini urafiki baina ya Mvita na Amu, na Mvita na Pate ulizidi kukua. Urafiki wa Wamvita na Wapate ulimtia Zahidi Mgumi wasiwasi na akaanza kuchimbua mambo kutaka kujua undani wa usuhuba wa Pate na Mombasa na iwapo wana dhamiri mbovu juu ya Lamu. Katika kutafiti kwake, Zahidi Mgumi akagundua kuwa Wamvita na Wapate walikuwa na dhamiri ya kuitawala Lamu. Zahidi Mgumi alikuja kutoa ushahidi wake katika hadhara ya watu, na 'Balozi' wa Mombasa akaadhirika vibaya sana. Tunaweza kusema kuwa vita baina ya Wamombasa na Wapate wakiwa upande mmoja na Waamu upande wa pili, vilikuwa haviepukiki, zaidi kwa ajili hiyo ya kuadhiriana, ili 'waungwana' kujilipiza. Vita hivi, kama tulivyotaja, viliitwa Kuduhu.

---

79 Zahidi Mgumi, madaftari ya Mazrui, Mombasa, 1976 na 1983 pia Jahadhmy, mswada, Lamu, 1976.

MLANGO WA NNE

Vita vilipokuwa havina budi, Muyaka bin Haji, ambaye alikuwa malenga maarufu wa Kimvita katika zama hizo, alitunga mashairi yafuatayo na katika mashairi kusema kuwa ingawa Waamu wataimaliza kuijenga ngome bila ya msaada wa Wamvita, lakini hilo si lazima liwe na maana kuwa wataweza kuitumia ngome hiyo kujitetea nayo. Kwa kimafumbo Muyaka alisema kuwa "Mjenga nyumba halale, yulele ukumbizani," yaani ingawa Waamu wataimaliza ngome hiyo, lakini watakaolala ndani yake au watakaoitumia ngome hiyo watakuwa ni Wamvita na Wapate. Waamu watabakia nje ya ngome, yaani watakuwa ni watawaliwa[80]:

1. Risala wa K'ongoweya   mwenezi kafikilile
   Kambe na wasosikiya   maneno yangu wambile
   Hawapati kunitaya   naliwambiya papale
   Mjenga nyumba halele   yulele ukumbizani

2. Siche kifaru na ndovu   wangakukaliya mbele
   Wangawa nyama wa nguvu   siwache hawakumbile
   Kambe nao washupavu   kwamba hawalimshile
   Mjenga nyumba halele   yulele ukumbizani

3. Gongwa ni mwina wa kina   azamaye yuzamile
   Si mwenye kuzuka tena   uzamapo upotele
   Huwa akikosekana   hutwawa ni maji male
   Mjenga nyumba halele   yulele ukumbizani

4. Fa kam mambo mangapi   mapisi yalipisile
   Yalo mare na mafupi   ambayo tuyaonele!
   Kuyaonaswi mwalipi   wa nyuma mwendao mbele
   Mjenga nyumba halele   yulele ukumbizani

5. Lau na kwamba mwajuwa   wajuvi mwalijuvile
   Msingelituuguwa   kuwa waovu ja ndwele
   Muumba ndiye mumbuwa   hili musiliwale
   Mjenga nyumba halele   yulele ukumbizani

---

80 Maawy, angalia pitio 76.

6. Mzowefu wa kutenda mambo mema simtule
   Ajapo kuwa ni p'unda miyongoni simtole
   Ni ja mti mwenyi tunda ufao wat'u milele
   Mjenga nyumba halele yulele ukumbizani

7. Upetwe ni jambo gani kiumbe uzingatile
   Hivyo wamba hata lini kuwandama upotole
   Kanyamapo zako kani k'ani zako ushishile
   Mjenga nyumba halele yulele ukumbizani

8. Likupetele sinawe nawe langu usingile
   Katafute wanginewe ambao wakutulele
   Majuto yaja mwishowe ambapo vikutalile
   Mjenga nyumba halele yulele ukumbizani

9. Tamati natia mwisho maneno yangu komele
   Hayanitishi matisho yenu nywinywi wenye ole
   Moyoni sitii kicho hatiya moyo uwele
   Mjenga nyumba halele yulele ukumbizani[81]

Mombasa na Pate zilijitayarisha kuishambulia na kuiteka Lamu. Zahidi Mgumi alipoona kuwa vita vimeikabili Lamu, akaimba shairi lifuatalo katika ngoma ya gungu kuwataka shauri Waamu wenziwe:

1. Tuna kori za aswili tusoyuwa mipaka
   Hulima sut'e wayoli tukivuniya shirika
   Kuna nokowa jamali utashiye kutubika
   Kunyamaa tumechoka mwatupa shauri gani?

2. Mla shokowa la P'emba na kwetu ataka kula
   Uyao kiwambawamba na kutwegesha madhila
   Meifanya kuwa simba kuya pasina muhula
   Akiya takuya Shela Suudi mwatupa shauri gani?

---

[81] Muyaka; Maawy, pitio 106; pia Hichens, tumetaja, ku. 25-7 na Abdulaziz, tumetaja, ku. 124-6.

3. P'ani shauri Suudi   niliyuwe na mapema
   Ambalo lenye muradi   nanyi mu wana wazima
   Isiwe Kutaradadi   iwapo siku ya kwima
   Tufe katika hishima   tusiwekwe cheo duni

Kwanza alijibiwa na Sheikh Ali bin Ahmed:

1. Lakutenda situuze   situuze la kutenda
   Metufunda Mwana Mize   Mwana Mize metufunda
   Kuwa p'unda tuizize   tuizize kuwa p'unda
   Kwandikwa tapo tuchenda   kamwe halipatikanwi

Akajibu Bakari bin Jabir:

1. Hela tunda kwa dalili   kwamba wataka maana
   Jimbi mtambiya mbali   mtasamba na kudona
   Huuzwa iye makali   kiwandani akiwana!
   Tusiyoonana yana   na yeo hatuonani

2. Naapa kwa Mola yanga   dhuli si yenye tupata
   Nasi tuli na mizinga   mivi na ziyandi-pota
   Suudi mwali na p'anga   watae wenye kuzinga
   Turadhi sambo kutota   sut'e tukawa maini

Bwana Yusuf Lamy naye akaongeza:

1. Tuketiziye tayari   watumwa kwa waungwana
   Na bunduki mshamiri   tukatuziye na tana
   Ili kuziwiya ari   wazele wetu na wana
   Kwa mahadazi hapana   yalipitile zamani

TUNGO ZETU

Na haya ni mashairi mengine yaliyotungwa wakati huo:

1. Inshaala tumo jahani kana kwamba Kiwandeo
   Muyatakapo maoni mtafidi mtakao
   Musitiwe khofu kwani na kufishwa zenu nyoyo
   Ni yeo siku ni yeo maisha ni kaburini

2. Twalipopija kimondo p'epo zikeneya yanga
   Ili kubashiri k'ondo Khasa kwa nti za Yunga
   Kutakithiri zitendo na kushadidi upanga
   P'epo zikisha kuzinga p'wani mkunguni p'wani[82]

Kwa upande wa Wamvita, inasemekana kuwa Muyaka naye kwa niaba ya Amiri Jeshi, Abdalla bin Hemed Mazrui, alitunga mashairi yafuatayo ili kuwatia khofu Waamu juu ya vita wanavyovitayarisha:

1. Mimi niko PateYunga nifuwete Ahamadi
   Qatu si mwenye kuzinga ulimi wangu sirudi
   P'inga zenu mungapinga hazitangui ahadi
   Siku ya thulithi ahadi tutaonana fundoni

2. Wachumba musiwe kule mukakaa kandokando
   Vutikani muye mbele tuoneshane vitendo
   Mtaona wateule nguo wafungenye p'indo
   Siku ya kutinda fundo tutaonana fundoni

3. Yasiwawee sahali hatuna budi na kuya
   Mtaona mafahali vita wakivip'apiya
   Zondoke zenu akili mtefute pakungiya
   Baa zitawashukiya mwambe: twalizaliwani?[83]

---

[82] Zahidi Mgumi na wenziwe, tuliowataja, angalia pitio 77.
[83] Zahidi Mgumi, madaftari ya Mazrui, Mombasa, 1976 na 1983 pia Jahadhmy, mswada, Lamu, 1976 pia Maawy, tumetaja, pitio 76.

MLANGO WA NNE

Ahamadi huyu aliyetajwa ni Ahmed bin Sheikh ambaye kwa wakati huo alishika ufalme wa Pate[84]. Waamu nao hawakuwa wanafunzi katika kutunga mashairi. Inasemekana kuwa Sheikh Ali bin Ahmed akawajibia Waamu mashairi yafuatayo ambayo pia yana lengo la kutaka tutia khofu na hadi kukejeli:

1. Muhibu wangu mngwana   niwene wako waraka
   K'ifahamiya maana   kiteko kikanitoka
   Nguo muyapofungana   zitawakusa mashaka
   Nt'oteya ziso koka   meswiri kuwa jizani

2. Kwamba uko PateYunga   nami niko Kiwa ndeo
   Sikae ukiipanga   hutofidi muradio
   Mume huya akasonga   haneni "yeo ni yeo"
   Waoli mbwawa waliyo   watendayo msituni

3. Singalikaliya k'ando   nina huja shariiya
   Ule mtamani k'ondo   ndiye mwenye kurubiya
   Maneno yaso kitendo   mwisowe huinamiya
   Jaribu kutegemeya   tuk'utaneni fundoni[85]

Vita vya maneno vikaendelea, na Muyaka, kwa niaba ya Amiri Abdalla bin Hemed na Fumo Ahmed bin Sheikh alijibu kwa mashairi, lakini ni ubeti mmoja tu nilioweza kuupata. Inaonesha kuwa alitunga zaidi ya ubeti mmoja kwani ni kinyume cha dasturi kupeleka ubeti mmoja tu juu ya jambo kama hilo. Halikadhalika, watungaji wa wakati huo walikuwa wakitunga kwa *witiri*; ama beti tatu au tano au saba na kadhalika. Ubeti unaojulikana ni huu:

1. Atani Wakiwandeo   maneno yenu atani
   Musinene mupendao   yawatokao kanwani
   Siku ya msu na ngao   na riswasi matavuni
   Mtaambiwa semeni   la kunena msijuwe[86]

---

84 Maawy, tumetaja, angalia pitio 76.
85 Angalia, tumetaja, pitio 77.
86 Angalia, tumetaja, pitio 77.

TUNGO ZETU

Hapana shaka kuwa lengo la waliokuwa Pate kuwatungia Waamu tungo zao ni kuwatia khofu wasiweze kupigana; na hili Waamu walilielewa vizuri; basi Sheikh Ali bin Ahmed kwa niaba ya Waamu akajibu tena haya:

1. Simba kiwa mawindoni   hufinika zake ndole
   Huzivika mtangani   muwindwa asiziole
   Uliza utasakani   muyinga uzingatile
   Nyoka za ng'ongo kobele   hatuchi situtisheni

2. Rijali kukaa k'ando   tunaivunda shariya
   Ule mtamani k'ondo   ndiye mwenye kurubiya
   Maneno yaso vitendo   mwisowe hujinamiya
   Jaribu kutegemeya   tuk'utaneni fundoni

3. Hatuchi situtisheni   hatuituki mishindo
   Tangu kae na zamani   tuwazoevu wa k'ondo
   Ivu la moto na k'uni   tutalitenda zitendo
   Siku ya kutinda fundo   tutaonana fundoni

4. Wallahi naapa kwa Mungu   na Mtume Muhammadi
   Ndoni munwe matungu   mubadilike jisadi
   Muwe karamu ya t'ungu   na t'ai kuwafisidi
   Na tamaa ya kurudi   kwenu sifikirini

5. Mukiwa ni wenye kuya   pasiwe na mshawasha
   Kwanda fanyani waswiya   ya wana kuwarithisha
   Wake muwape zifaya   maeda yao kweusha
   Mukiya tutawashusha   mashuko ya zamani

6. Na kwamba muiyuwele   bandari yenu ya kale
   Wauzeni wasalile   wavyele wenu wavule
   Muuzeni asalile   Bwana wa Bwana Salale
   Hata la yeo walele   kamwe hawazindukani

7. Mutapongiya fundoni   nasi hapa huwalinda
   Nguwo zenu zifungeni   mwambiye nakhudha Penda
   Tuketiye milangoni   hulinda la kuwatenda
   Mutapongiya Mkanda   nasi tushukiye p'wani[87]

Vita vikapiganwa na Wapate na Wamombasa wakashindwa vibayavibaya. Vita vilipomalizika, Zahidi Mgumi aliwaandikia Waamu wenziwe waliokuwa Unguja mashairi yafuatayo kuwaonya juu ya hadhari inayofaa waichukuwe watakapokuwa wanasafiri kuelekea Lamu:

1. Karatasi ya Kishamu   sikiliya Zinjibari
   Kampe yangu salamu   muhibu wangu kathiri
   Umweleze afahamu   zita ziliyokujiri
   Ni mshuko wa Adhuhuri   mwezi tano 'l khamisi

2. Kuduhu kujile zita   kwetu zikatushukiya
   Bunduki zetu na mat'a   Waamu tukamiriya
   P'anga zao zikameta   zetu zikawashukiya
   Radi zikawavumiya   na mvuwa t'asit'asi

3. Ikisa kwanuka   vuwa wasalamu alayku
   Mudawe twaloamuwa   ni mt'u kutinda kuku
   Kamwe na tumeamuwa   wa huku asende huku
   Madau tukaya huku   mali tukayafilisi[88]

Ingawa Wamvita na Wapate walishindwa vita hivi, lakini hawakusita katika kuwahujumu Waamu na kuwaambia kuwa watapambana tena baadaye. Wakuu wa Lamu wakakutanika katika Yumbe na kujadiliana juu ya khatari zilizowakabili, ikawa hawana budi ila kutafuta himaya. Wakapeleka ujumbe kwa Sayyid Said bin Sultan, ambaye alikuwa mfalme wa Omani na Zanzibar katika wakati huo, kutaka himaya.

Ni shida kuona matokeo yoyote yanayoingiliana na siasa au jambo lolote lenye kuleta athari kubwa katika maisha ya Waswahili, khasa walioko

---

87 Angalia, tumetaja, pitio 77.
88 Angalia, tumetaja, pitio 77.

Kaskazini, pasiwe na tungo zinazokhusu mambo hayo. Hapa tutatoa mfano mwingine unaokhusu siasa. Kwa mfano, katika ugomvi wao, baina ya Sultani Bwana Waziri na Sultani Fumo Luti bin Sheikh, walipokuwa wakipigania kiti cha ufalme wa Pate, wakuu hawa walipigana vita baina ya 1824 na 1825. Fumo Luti akashindwa na ufalme ukawa mikononi mwa Sultani Bwana Waziri. Lakini ushindi wake ulikuwa ni chapwa kabisa, kwani ingawa Fumo Luti alishindwa na kukimbilia mabarani, lakini huko mabarani, siyo kisiwani Pate, ndiko kulikokuwa na makulima ya watu wa Pate. Kwa hivyo aliyeshindwa akawa na nguvu za kuweza kuwaweka na njaa kuu walioshinda vita.

Walioshinda wakapungukiwa na chakula sana. Walioshindwa wakalima wakavuna. Katika waliokuwa upande wa Fumo Luti alikuwa Ali wa Athumani, maarufu kwa jina la Ali Koti. Baada ya kuvuna, Fumo Luti akamwambia Ali Koti kuwa anataka kuwakejeli waheshimiwa walioko Pate kwa kuwapelekea mzigo mdogo wa nafaka wagawanye baina yao, na zaidi ya hayo, alimwambia Ali Koti atunge mashairi ya kumkejeli kila mkuu wa mji pamoja na huyo mfalme wao kwa ushindi wao uliokuwa wa njaa tupu. Ali Koti, kweli alionesha uhodari mkubwa sana katika namna alivyomkejeli mmojammoja katika waheshimiwa waliokuwa Pate. Kuupeleka mzigo mdogo wa nafaka kuwa unawapa 'sadaka' wakuu wa Pate, peke yake ni matusi mapevu; lakini kuupeleka mzigo huo na matukano ya kiushairi ya lugha kama aliyoitumia Ali Koti, hayo yamepindukia kiasi cha kuweza kustahmilika.[89] Ali Koti alitunga haya:

1. Yambo iwi yeo pako   nla chakula ukuche
   Wende kwa wenyeji mbeko   ukawalimbushe cheche
   Uwaonye limo lako   wawate kumidha mache
   Ila muyini sipiche   wawaekee zithimani

2. We nao fuwatanani   ndhigo uuchungeche
   Muchenenda muwapeni   wot'e wadhunguwe iche
   Uwambiye awanyani   kwa kula nchu apache
   Ila muini sipiche   wawatiye mkunguni

---

89 Said, Lamu, 1973 pia Nabhany, Mombasa, 1984.

3. Na wapowe kwa dhipimo   pasiwe asiyopacha
   Wadhiri na Bwana Fumo   na wapowe mbili k'acha
   Na Sefu naye umumo   na walo kumfuwacha
   Wawanye wakiwa dhicha   wapeni kela taeni

4. Mshamu na Abdala   She Khatibu na Bayai
   Na wapowe mbili kela   hudauyi hudaui
   Kwani watwetwe kobela   kukifisha chombo mai
   Kwamba hamuwadhindui   ila hiyau wapeni

5. Bwana Abdu Rahamani   pamoya na Bwana Gogo
   K'acha moya ivuweni   momo kachika ndhigo
   Musiwatowe funguni   ni kuharibu mfugo
   Kuwa hawana ulago   wala hawana lamani

6. K'acha moya nda kuvuya   pa chachu muiwanyeto
   Mumpe Bamkuu Nduya   na Ngao Shahari T'oto
   Si haba yawakifiya   cha mk'et'o cha mk'et'o
   Aswili muwafungeto   nao wawemo funguni

7. K'acha moya ivuweni   muikasimu aruba
   Ba Upe na Ba Hasani   wapeni nusu si haba
   Na Ba Umari mwendani   na nduye ni akiba
   Kwa kula nch'u kibaba   wasitoke sehemuni

8. K'acha pijani panane   kwa kula nch'u mumpe
   Hamadi Juma na mwane   wapeni shinda la kope
   Ba Karejewa na Zine   pataniye wasilepe
   Kisaliyecho muwape   jamii walo muini

9 Alihasili muini   na pasisaliye nch'u
   Na wangiye sehemuni   ngawa kwa hububu chachu
   Mwawanyi Bwa Tumaini   na Bwana Bakari wechu
   Na kukisaliya k'ichu   naye atiye kanwani[90]

---

90 Ali Koti; Said, Lamu, 1973, 1976 na 1983 pia Nabhany, Mombasa, 1984.

Sultani Bwana Waziri alipopelekewa mzigo na mashairi haya, alighadhibika sana. Aliudhika zaidi si juu ya mzigo mdogo wa nafaka na maana ya kimatusi ya mzigo huo, lakini aliudhika zaidi na mashairi. Kwani maneno ya mashairi yalimkatakata kwa vijembe vilivyokuwemo, na hamaki zake akataka amtie mkononi, si huyo aliyekuwa akipigania kiti cha ufalme, bali huyo aliyetunga mashairi ya kuwakejeli. Mfalme alijua, bila ya shaka yoyote, kuwa hakuna katika zama hizo, aliyekimbia pamoja na Fumo Luti, awezae kutunga namna hiyo ila Ali Koti. Mfalme akafikiri njia ya kumshika Ali Koti na akajua kuwa atakapotayarisha ngoma ya gungu yenye kumchagua shaha katika watungaji – na cheo cha ushaha kilikuwa ni cheo kikubwa kabisa kwa watungaji wa zamani hizo – Ali koti hataweza kustahamili ila atavuka mkondo aje Pate kushindania uhodari wa kutunga ili apewe cheo hicho. Mfalme akatoa khabari kuwa siku kadha patapigwa ngoma na kufanywa mashindano ya kumchagua shaha. Khabari zikamfikia Ali Koti.

Kama alivyojua mfalme, Ali Koti kweli aliingia msambweni na kuteremka Pate ili kushindania cheo cha ushaha. Mfalme alimwachilia usiku kucha kuimbana na kulumbana na watungaji wenziwe, hata ikawa wazi kuwa yeye ndiye anayestahiki kuitwa shaha. Baada ya ushindi alipokuwa anataka kuondoka, Mfalme na Askari wakamsimamia na Mfalme akamwambia shaha, "Ali wa athumani hulichwi," yaani Ali wa Athumani haimkini leo kuondoka hapa salama. Ali Koti alipoona amezungukwa akaona hana budi ila atumie ulumbi wake kunusuru maisha yake yaliyokuwa yakining'inia kwenye uzi wa buibui wakati huo. Basi Ali Koti akaunga maneno ya Mfalme na akatunga haya:

1. Licha kuwa langishiwe hata kama laanguka
   Ukadhihiri ufawe pasina kuumunika
   Ukipowa situkiwe kwani halikupunguka
   Shahaswi likianguka halichwi ina lingine[91]

Shakhaswi ni chombo cha dhahabu, na dhahabu hata ikianguka na kufanya ufa usiokuwa na kificho, haliwezi kupungua bei yake. Katika ubeti huu, Ali Koti alimfananisha mfalme na chombo cha dhahabu na kumwambia kuwa

---

[91] Ali Koti; Said, Lamu, 1973 na Nabhany, Malindi na Nabhany, Malindi, 1973.

ingawa amemtukana, lakini iwapo yeye Mfalme kweli ni chombo cha dhahabu, basi hatojali matukano yake kwani, kama dhahabu, atakuwa hayamdhuru hayo matukano. La iwapo yeye si kama shahasi, yaani si Mfalme wa kweli, basi atayajali matukano yake. Mfalme akadangana kwa kutiwa mtegoni kwa ulumbi wa Ali Koti. Kwani akiamrisha auwawe, atakuwa amekubali kuwa yeye si "shahasi" la kweli. Basi akaona bora ampe mtihani mkubwa (ambao alidhania Ali Koti hatauweza), na akifaulu ndipo atakapomsamehe. Alimwambia Ali Koti atunge mashairi, papo hapo, ya kumtukana Fumo Luti, na mashairi hayo yaweze kufuta matukano aliyomtukana yeye. Ali Koti akajua kuwa hakuna jambo kubwa zaidi ya matusi kuliko kumuapiza mtu. Basi bila ya kupepesa Ali Koti aliimba matukano na maapizo haya:

1. Mpandapanda makuu   yasiyokuwa marika
   Ampe wimbi la Kau   likamtekeze Shaka
   Na swababu iwe dau   ya shikio kuk'achika
   Tusipache kundhika   aliwe na mtumbuu

2. Ni Mpate ali Pate   ni Muyunga ali Yunga
   Atamalaki sisite   na Bamkuu muwanga
   Adhiyete dhimuwete   hachui hachii nanga
   Wala hakomi kutanga   na bandari haiyoni[92]

Adhabu gani, basi, ya kupotea baharini uwe unazunguka tu huioni nchi kavu; kisha ukatikiwe na usukani usiweze kuliongoza dau; kisha upigwe na wimbi utumbukie majini, na humo majini usiliwe na samaki mkubwa na kufa mara moja, bali uwe ukidonolewa kidogokidogo na mtumbuu; baadaye ukishakufa, baada ya kusononeka na kuadhibika kwa muda mrefu, maji yakutekeleze Shaka na mwili wako usionekane na watu, kwa hivyo usipate kuzikwa inavyofaa. Kwa beti mbili hizi, Mfalme hakuwa na budi ila kumwachilia Ali Koti aende na njia zake. Ali Koti aliinusuru roho yake kwa jambo hilohilo lililomtia matatani, nalo ni hizo tungo zake.

---

92 Ali Koti; Said, Lamu, 1973 na Nabhany, Malindi na Nabhany, Malindi, 1973.

Hii, basi, ni mifano michache tu ya namna mashairi yalivyokuwa yakitumiwa wakati wa mititigo na bangu. Ukiangalia vizuri utaona kuwa mashairi hutumiwa katika mambo yanayokhusu maisha na ni moja katika njia muhimu ya kupashana khabari ambazo zinaathari au zitakazoweza kuwa na athari kubwa katika maisha ya Waswahili. Si lazima mambo hayo yawe ya vita au ya kutiana vishindo vya bangu. Mtu anaweza kufikwa na mambo yoyote yenye athari kwake au kwa watu wake na akaona bora ayaeleze kwa utungo. Iwapo mambo hayo ni mazito, muhimu au rasmi, basi aghlabu bahari ya ushairi hutumi wa. Tuangalie mfano mwingine ambao unakhusu dhiki kubwa aliyoiona mtungaji juu ya mambo yaliyowafika watu wake na katika machungu hayo ikawa hana budi ila kutoa aliyonayo kifuani kwa utungo.

4.15 Katika kutoa machungu na kutafuta usia

Katika utafiti wangu juu ya tungo za Kiswahili, nimepambana na tungo chache tu zilizoniathiri na nikawa nasikitika kila nikisikia zikiimbwa kama utungo wa Kibabina ujulikanao kwa jina la *Risala wa Zinjibari*. Baadhi ya sababu za kuathiriwa kwangu kunatokana na kisa chenyewe kilichompelekea Kibabina kutunga mashairi yake na nyingi zinatokana na maneno ya ushairi wenyewe. Katika mashairi haya, Kibabina alifaulu katika kuyaeleza ya ndani yaliyomuathiri yeye. Mambo yenyewe yaliyompelekea Kibabina kutunga mashairi yake ni mkasa mkubwa sana wenye kusikitisha na uliomtia Kibabina unyonge mpevu. Nasikitika kusema tena kuwa nafasi na lengo la kitabu haliturukhusu kuueleza mkasa huo kwa urefu.

Nimehadithiwa na wengi[93] nilipokuwa Mwambao kuwa katika zama za Sayid Majid bin Said, Mwambao wote na visiwa vyake vilikuwa chini ya utawala wake. Lakini pia, katika miji mingine watu walikuwa na serikali zao wenyewe zenye kuendesha mambo ya ndani. Katika Siu, Sayyid Majid aliweka askari wake ngomeni na alimweka liwali wake wa kumwendeshea mambo yake, lakini mambo ya watu wa mji mengi yaliendeshwa na wenyewe. Hivyo ndivyo Siu ilivyokuwa ikiendeshwa. Katika zama hizo, mkuu wa Siu aliyekuwa

---

93 Katika hawa ni: Maawy, Nabhany, Said na Abud bin Khalef, wa Pate, baadaye Abud.

na nguvu na akifuatwa na raia wa huko alikuwa Sheikh Muhammad Mataka bin Mbaraka Mfamau.

Watu wa Siu walikuwa ni mashujaa sana na wapiganaji hodari wa vita. Katika enzi ya baba yake Sayyid Majid, yaani Sayyid Said bin Sultan, palipiganwa vita baina ya majeshi ya Sayyid Said na ya Siu yakiongozwa na Shekh Mataka, ambaye alikuwa ni baba yake Sheikh Muhammad Mataka. Majeshi ya Sayyid Said yalishindwa vibaya sana. Suluhu ilipatikana alipotafuta Sayyid Said njia ya salama na masikilizano, na hiyo ndiyo asili ya kufaulu na kuweka askari wake katika ngome ya Siu na kuwa na Liwali huko.

Safari moja katika enzi ya Sayyid Majid mnamo mwaka wa 1861, watu wa Siu walijitayarisha kujenga mashua mbele ya ngome. Liwali akawapelekea khabari kuwa pahala hapo hapafai kufanyiwa kazi kama hiyo, kwani ni mahali pa vita. Wasiu wasikubali kuondosha maundio yao na kuyapeleka kwingine. Liwali akatuma askari wake kuvunjavunja na kuondosha magogo, zana na vitu vilivyokuwepo vya kuundia sambo. Wasiu wakahamaki sana na mkuu wao, Muhammad Mataka, ambaye alikuwa ni shekhe na shujaa kama baba yake, akaamrisha ngome ihijumiwe. Ngome ikashambuliwa kwa mizinga na ukuta upande mmoja ukavunjwa. Liwali na askari wake walipoona mambo hawayawezi walikimbia na kurejea Unguja na kumweleza Sayyid Majid juu ya matokeo yaliyopitika Siu. Sayyid Majid alikereka sana kwa kuvunjiwa ngome yake, maana kilikuwa ni kitendo chenye kuonesha dhahiri kuwa Wasiu hawajali amri yake. Vitendo vya Wasiu viliungwa mkono na Wafaza na Wapate[94]. Sayyid Majid aliwaandikia barua kali wazee wa Siu na kuwaambia kuwa iwapo hawatarudi katika twaa yake na kuijenga ngome kama ilivyokuwa kabla ya kuhujumiwa nao, basi kama chuma atakuja kuwahunza kama ahunzavyo mhunzi. Watu wengi wa Pate na Siu wanaikumbuka kwa moyo mpaka leo barua hiyo iliyoandikwa kwa Kiarabu[95], maana matokeo yaliyofuata si ya kusahaulika.

---

94 Kama nilivyohadithiwa na: angalia pitio 90.
95 Maneno ya barua hiyo nimetolewa kwa moyo na Said, Lamu 1983 na Aboud, Pate, 1983.

Wazee wakaificha barua kwa kuhofia wasije wakahujumiwa na vijana kuwa ni makhawafu.[96] Sheikh Muhammad Mataka alipoungwa mkono na Faza na Pate akawa amezidi nguvu na wote kwa umoja wao wakakataa kurudi katika himaya ya Sayyid Majid. Mfalme wa Unguja akapeleka manuwari zake na kukizunguka kisiwa cha Pate na kuzuia waliomo wasiweze kutoka nje kwenda kwenye makonde yao yaliyokuwa mabarani na kuwazuwia wasiweze kuvua samaki nje baharini na kufanya biashara na miji mingine. Njaa ikaingia kisiwani, ikawa hakuna budi ila kutafuta suluhu na msamaha. Shekhe Muhammad Mataka na Mzee wa Sefu wa Faza kwa niaba ya wakaazi wa Kisiwa cha Pate walioko miji ya Siu, Pate na Faza wakaenda kuonana na Sayyid Majid, katika manuwari yake, kuomba suluhu. Mfalme akakubali kusitiza vita, na kuwasamehe. Lakini Waziri Mkuu wa Sayyid Majid hakupendezewa kuona wahalifu wamesamehewa, akaanza kulipika jungu na kumrai Mfalme afanye mipango ya kuwakamata mashujaa wa Siu. Mwishowe mfalme akakubali Muhammad Mataka na wafuasi wake wakamatwe. Lakini jambo hili likawa ni vigumu kulitenda watu hao wakiwa kwao Siu.

Khadaa, hapana shaka ina mahala pake maalumu katika siasa. Baada ya muda kupita, na Wasiu kupungukiwa na khofu na wasiwasi juu ya yaliyopita, Mfalme akawapelekea barua kuwaalika, kwa majina, wakuu walioko Siu waende Unguja ili kuzidi kuupalilia ukhusiano mwema baina yao. Wasiu wakawa hawana budi ila kuitikia mwito wa Mfalme. Wakuu na mashujaa mahodari wa kupigana wakaingia katika jahazi lao liitwalo "Lingasitawi" na kuelekea Unguja.

Walipofika Unguja wakapokewa kwa shangwe na taadhima kubwa na wakaambiwa kuwa kila mmoja amepewa mwenyeji wa kukaa naye katika waheshimiwa walioko Unguja. Tokea kabla ya kuondoka Siu, Shekhe Muhammad Mataka na wenziwe walikuwa na wasiwasi juu ya ualishi walioalikwa, na sasa akaona kuwa kufarikishwa kwao kunaweza kuleta khasara kwao, kwani kukaa kwenye maskani mbalimbali huenda kukawa ni njia rahisi ya kukamatwa, iwapo kushikwa kwao ndiyo azma ya serikali. Kwa niaba ya Wasiu, Shekhe akatoa udhuru kwa kusema kuwa huko kukaa katika nyumba mbalimbali, nyingine za mawaziri na nyingine ni za raia wa

---

96 Said, Lamu, 1973.

kawaida, huenda ikaleta suitafahum baina yao. Kwa hivyo akaomba wawekwe wote katika nyumba moja. Hili wakakubaliwa, na roho zao zikatua kidogo.

Katika siku walizokaa Unguja walionesha uungwana wao; walionesha pia ushujaa wao katika michezo ya kivita ya kuruka na kutumia panga na kadhalika; na watu wa Unguja wakawapenda sana wageni wao, hata Sayyid Majid akaona kuwakamata inaweza kuleta khasama na fujo baina ya Waunguja weyewe. Lakini Waziri Mkuu akashikilia sana na kuzidi kumrai Sayyid kuwa iwapo hatawakamata, basi wengineo walioko katika mamlaka yake huenda wakahalifu amri yake kwa kutegemea kuwa hata wakija wakishindwa hawatafanzwa neno na Sayyid Majid. Alimrai sana na kumuasa kuwa usalama wa mamlaka yake upo katika raia kukhofu serikali. Mwishowe Sayyid Majid akakubali washikwe, lakini akaweka shuruti moja, nayo ni kuwa wasishikwe kisiwani Unguja wala watu wa Unguja wasishuhudie watakapokamatwa. Waziri Mkuu akapokea shuruti na akamhakikishia Mfalme kuwa amri yake itafuatwa.

Usiku kuamkia siku ya Wasiu kuondoka Unguja, Waziri Mkuu alipeleka kikundi kikubwa cha askari katika jahazi la Wasiu na kuwashinda nguvu waliokuwa wakishika zamu, na askari kubakia katika sambo. Vilevile aliamrisha mashua na vidau vyote viondoshwe pwani ila kimoja tu chenye kuweza kupakia mpiga makasia na wasafiri wawiliwawili. Siku ya pili safari ya kurudi Siu ikauma. Mashua ikawa inawachukua watu wawiliwawili kuwapeleka jahazini; lakini wafikapo jahazini huzidiwa nguvu na kupigwa pingu, hata wakamalizika Wasiu wote bila ya kumwagika damu, ila, inasemekana kuwa mmoja katika mashujaa wa Kisiu aliwahi kuvuta upanga wake na kuwajuruhi askari wawili kabla ya kushindwa nguvu.

Mateka wakachukuliwa moja kwa moja mpaka Mombasa na kufungwa katika Ngome ya Yesu (Fort Jesus). Khabari zilipofika Siu, palizuka wananchi ambao walishangilia kukamatwa kwa mkuu wao, Sheikh Muhammad Mataka pamoja na wenziwe. Mambo haya yakamchoma sana Kibabina khasa kwa vile katika waliokuwa wakishangilia walikuwa ni watu waliosoma, na wengine ni mashekhe na wengime masharifu. Katika kusikitika kwake na kuwasikitikia waliokuwa wakishangilia maafa yaliyowafika wenzao waliokuwa nguzo muhimu na mashujaa wa kuihami Siu, Kibabina alilia kwa mashairi yafuatayo:

1. Risala wa Zinjibari   milele utumikao
   Ngiya kachika bahari   umtumai Molio
   Nusura ndako Ghafari   waja utunusuruo
   Kwa qadha ipisiyeo   hayasii mayutoye!

2. Kwa qadha ipisiyeo   khabari t'awaarifu
   Siyu watut'ukiyeo   wenye ghamidhi na swafu
   Na dhichuwe nyoyo   dhao pasiwe na khitilafu
   Kwa quduraye Latwifu   hayasii mayutoye!

3. Kwa quduraye Latifu   muuwai akifufuwa
   Wendee pasina khofu   kwa yao majaaliwa
   Walikwanda Yuusufu   na nduza kubughudhuwa
   Nanyi mungafurahiwa   hayasii mayutoye!

4. Nanyi mungafurahiwa   kufarikana nyi nao
   Si kwema kupungukiwa   kwa kuku muwafugao
   Lakini mwalowatowa   ni wale wazazi wao
   Lingasitawi lendao   hayasii mayutoye!

5. Lingasitawi lendao   twayuwa ni makutubu
   Wendee walina cheo   wana wa lubu li babu
   Nda hao wasaliyeo   mbole na maswahibu
   Yatakapo kuwaswibu   hayasii mayutoye!

6. Yatakapo kuwaswibu   tuli hai duniyani
   Mutakutwa ni aibu   ya dhila na nukhusani
   Mutoleweo naswibu   watoovu wa imani
   Ole wenu fahamuni   hayasii mayutoye!

7. Ole wenu fahamuni   watumbuizi wa ole
   Mumengiya ghafulani   musaliyeo wavule
   Ghamidha yenu na k'ani   hizayae nda milele
   Vuwani mato muole   hayasii mayutoye!

8. Vuwani mato muole   wayinga muso lenka
   Musidhani yondoshele   ezi ya Bwana Machaka
   Nchi ukifa shinale   na tanduze hukauka
   Mtakutwa ni mashaka   hayasii mayutoye!

9. Mtakutwa ni mashaka   wapishi wandika nyungu
   Hapo mtamkumbuka   siku mnywapo matungu
   Shekhe amesitirika   kwa yo amri ya Mungu
   Mkazi wa ulimwengu   hayasii mayutoye!

10. Mkazi wa ulimwengu   shida na raha hutuma
    Kule kukhalifu p'ingu   ni ahadi zimekoma
    Wana waume wa bangu   weendee na khatima
    Lindani yaliyo nyuma   hayasii mayutoye!

11. Lindani yaliyo nyuma   ya suri na poopoo
    Musiwe mukilalama   muwapo nleoleo
    Ni mema yake ni mema   Shekhe yamsibiyeo
    Nanyi mufurahiyeo   hayasii mayutoye!

12. Nanyi mufurahiyeo   ni watovu wa fikira
    Nyungu muwandishiyeo   haikupuwa tijara
    Muruwa wenu na cheo   mumeuza kwa khasara
    Wala hapana nusura   hayasii mayutoye!

13. Wala hapana nusura   wapungufu wa aqili
    Muivutiye izara   na kukosa t'ajamali
    Khila zenu na buswara   ndiwo msinji wa dhuli
    Kumbukani ya aswili   hayasii mayutoye!

14. Kumbukani ya aswili   waqati wa Fumo Luti
    Walikwenda filihali   kina Sefu Masikati
    Shekuwe na Lalikali   wakatoweka hiyati
    Nanyi musiyo laiti   hayasii mayutoye!

15. Nanyi musiyo laiti   haya muyachendeeo
    Sitiraji na waqati   umeondoka si yeo
    Yadhihiripo mauti   furahaze ni kilio
    Munao ole munao   hayasii mayutoye!

16. Munao ole munao   mungatimba lenu shimo
    Hawangii pweke yao   nanyi mutangiya momo
    Mangi muyachendeeo   yasokuwa na ukomo
    Mfupi na mwenye kimo   hayasii mayutoye!

17. Mfupi na mwenye kimo   uchambo umewashika
    Ngala hapowi fumo   nyumba haifugwi nyoka
    Yaliyomo ya momomo   achaiwao huteka
    Wana wa Bwana Machaka   hayasii mayutoye!

18. Wana wa Bwana Machaka   kwenu angawa aduwi
    Ni kwema kama kondoka   mungamba kwenu ni wawi
    Mtakuja wakumbuka   na mungashika ukawi
    Zizi mutiziye tuwi   hayasii mayutoye!

19. Zizi mutiziye tuwi   khasara hiyo nda ng'ombe
    Hono ni mwiso mwiwi   fahamiyani dhiumbe
    Mvunda kwao hakuwi   huwa kama seserumbe
    Kisima cha t'imbet'imbe   hayasii mayutoye!

20. Kisima cha t'imbet'imbe   mayi nda mtakalifu
    Yangayaa lembelembe   muchowa hayawakifu
    Mato yenu ni mafumbe   mashekhe kwa masharifu
    Kwa nyoyo dhenu dhaifu   hayasii mayutoye!

21. Kwa nyoyo dhenu dhaifu   mutakiona kichendo
    Deuli kwa masanafu   zisiwatie mishindo
    Mungawa hai muwafu   simba kuvundakwe ondo
    K'aa akosapo gendo   hayasii mayutoye!

22. K'aa akosapo gendo   haiba hupunguliya
    Hausitawi mwenendo   henda akidukuliya
    Ladha ya nguo ni pindo   na wawili si mmoya
    Shimo mungawatimbiya   hayasii mayutoye!

23. Qaditamati kalamu   mahashumi li qibriya
    Siyu inganihukumu   itakao wajiriya
    Allahu ya Aalamu   ayuwao ni Jaliya
    Mayi yakiwayaliya   kucha kwata ipindeni[97]

Nilisema kabla kuwa mashairi haya ni ya kusikitisha sana khasa ukielewa yaliyopitika na ukielewa maneno ya mashairi yenyewe, khasa pale unapoimbiwa kwa sauti ya kuimbia mashairi yenye kusikitisha. Katika mashairi haya, Kibabina alifaulu katika kuyaeleza ya ndani yaliyomuathiri yeye. Ametumia misemo penye kufaa misemo. Ametumia mifano panaposibu mifano. Amewatuhumu na kuwashambulia wakuu waliobakia Siu, bila ya kukhofu, alipohitajia kutenda hilo katika utungo wake. Kwa sababu hizi, na kwa sababu ya kisa chenyewe kilichompelekea Kibabina kutunga mashairi haya, utungo huu umekuwa ni mmoja katika almasi ya thamani kuu katika fasihi ya Kiswahili.

Si lazima watu wawe na vita au wafikwe na maafa kama yaliyowafika Wasiu ili mtungaji atunge mashairi. Hata mambo ya kimaisha ya ukhusiano baina ya mume na mke pia baina ya ukoo mmoja na mwingine au hata matokeo baina ya marafiki huenda yakatungiwa mashairi. Angalia mfano huu wa mashairi ya Sheikh Ali bin Saad (Taji 'l Arifina) wa Lamu aliyomuandikia Sheikh Bakari Mwengo wa Pate kwa niaba ya mwanamke mwenye mimba na watoto wengi wadogo ambaye ametupwa na mumewe hatazamwi kwa chochote; na juu ya hayo, mume amemtaliki huyo mke talaka tatu. Katika Sharia ya Kiislamu, ukimuacha mke talaka tatu huwa huwezi kumrejelea

---

[97] Kibabina; Said, Lamu 1973 na 1983; pia Nabhany, mswada 1909 Nashukuru sana Jarida la Research in African Literature, University of texas Press, kwa kuniruhusu kuuchapa tena utungo huu na khabari zake, baada ya kuchapishwa katika jarida 15 Volume 171 number 4/ Winter 1986, ku. 497-524.

ila kwanza awe ameolewa na mtu mwingine na itokee tu kuwa na mtu huyo amemuwacha – isiwe ameolewa kwa mpango kwa madhumuni ya kuachwa ili huyo mume wa kwanza apate kumrejea, hii itakuwa ni haramu – ndipo mume aliyemuacha kwanza kwa talaka tatu aweze kumrejea. Lakini pia kuna wanazuoni wanaosema kuwa mke mwenye mimba haachiki. Kwa ufupi, kwa niaba ya mwanamke, Sheikh Saad amemshitakia Bakari Mwengo haya yafuatayo kutaka kujadiliana naye juu ya Sharia na iwapo kweli huyo mke ameachikajn[98]:

1. Karatasi ya Hijazi nenda kanisalimile
   Kwa muhibi liazizi mwendani wangu wa kale
   Afunuwe masikizi yambwao ayasikile
   Kwa lutufu umwambile amri imezokuwa

2. Naliozewe na mume wa tangu utoto wetu
   Kwa idhini ya wamame na baba na wangu wat'u
   Chamba na hini ni ngome na isongiwa ni mt'u
   Kipata siku ya tatu nimwene ametukiwa

3. Sikwimwi siwasilepo kukanda na kupapasa
   Kwa mume siambilepo neno iwi la kukosa
   Walau sitendilepo la unashiza kabisa
   Nali mwenye kumwangusa nimtwiiye muowa

4. Na sasa uliewele hayi hapiti nyumbani
   Na mahari utwazile hata poso za zamani
   Wambaje sayo matule yanilizami moyoni
   Si moya k'aweka ndani si mawili k'atukuwa

5. Wambaje Abubakari muhibi mwendani wangu?
   Nivutiyami shauri tendeje na walimwengu?
   Mnyowa moo kikiri si ada kutiwa p'ingu
   Yalineneka ni tangu nami yakaliza ngowa

---

98 Sheikh Saad na Bakari Mwengo, madaftari ya Mazrui, Mombasa, 1976; pia Nabhany, miswada, Mombasa, 1976.

MLANGO WA NNE

Alipopokea mashairi haya ya Sheikh Ali bin Saad wa Lamu, Bakari mwengo wa Pate akamjibu haya:

1. Karatasi ya kimaka   rudi wende koko Amu
   Kasalimile mwendaka   muhibiwa wa qadimu
   Nimeziye yapulika   mashitaka ya Muamu
   Hafuti mwana Adamu   yambo akikutubiwa

2. Waliotaka ni wewe   mahaba yakakushika
   Mt'u mwelevu kamawe   akaya kakupumbika!
   Wala usimtambuwe   hata zimepita nyaka
   Sasa ni kupambanuka   ndipo kutaka kwambiwa!

3. Mume hoyo si mwendani   angakaa ana huja
   Kukanda kwa kula hini   kusotusa siku moja
   Tukitaka hufaani?   kuzowa hapana haja
   Dasturi ya mbeja   hakiri kutanguliwa

4. Na akitoka natoke   k'itu mpai ni Mngu
   Wala usimkumbuke   ukapa moyo matungu
   Mayuto yayapo pweke   yatamweneya matungu
   Tweka ni ilo nyengwangu   nzito ni kuisumbuwa

5. Maneno yangu ni hayo   muhibi wangu wa kale
   Yashike nikwambiyayo   yasikwegeshe utule
   Mzoweya kwenda mbiyo   harudi kungawa kule
   Mkenga angarudile   pasina kutafitiwa

Kama tunavyoona, jawabu ya Bakari Mwengo ina maelezo au hoja tatu muhimu, kwanza anamlaumu mwanamke kwanini hakufahamu tokea mbele, kabla ya kuolewa, khulka na mwenendo wa huyo mume; pili kuwa mume ni mtu dhaifu wa khulka, na kwa hivyo, tatu, mke hana njia ila ya kuishi naye huyo mume na kuvumilia bila ya kutaraji kuwa huenda akabadilika na bila ya kulalamika. Yaani awe tayari kumpokea mume wakati wowote atakapokuwa tayari kurudi bila ya kuweseka mara ngapi humkimbia. lakini Sheikh Ali bin Saad hakutosheka na jawabu aliyoletewa ambayo inamlaumu mke peke yake; na zaidi ya haya, jawabu haikuzungumza chochote iwapo mke ameachika au bado ni mke wa huyo bwana ambaye amemnyang'anya huyo mke hata mahari aliyotoa – ambalo ni jambo linaloweza kumuachisha mke pia – Katika jawabu yake Sheikh Ali anamweleza Bakari Mwengo na mambo mengine pia na anazidi kulalamika:

1. Ujile t'umi wangu   pasina mwiya kupita
   Akamba shamiri bangu   uhirimiye kuteta
   Kiuowa ulimwengu   penye mazingo na t'ata
   Kuvuta na kukokota   na kupija ziwawa

2. Watezi tafakurini   yangu mukifahamiya
   Nina ayali nyumbani   mume ameniwatiya
   Zijana za mikononi   na watoto wa kuyeya
   Utengele na udhiya   uketele mzaliwa

3. Katika sayo ajabu   nina na mambo mangine
   Ingawa moya naswabu   mimi naye tuzeene
   Meniwatiya aibu   mimba ya mwezi wa nane
   Hakunipa manemane   walau fundo la dawa

4. Kakutaneni zijopo   Bwana Haji na Sharifu
   Na Bwana Madi nawepo   wa Bwana Bwana Isufu
   Mulizengee lilipo   shauri la mume kufu
   Sikufanya la utofu   kunangata kinifunda

5. Kwa kula nimuonao   chamba hoyo si mvuli
   Aibu aliyonayo   imzidiye kawili
   Na hayo yawaveleo   mi naye tu-mbalimbali
   Hatupanani qauli   sharia limeamuwa

Bakari Mwengo akajibu na kushikilia kuwa kutokana na hayo aliyoelezwa na Sheikh Saad, mke hakuachika:

1. T'umi ujile na k'ondo   angakomeshwa harudi
   Wala hajali uvundo   kwa kucha ya uanidi
   Ayali hao ni k'ondo   ni kukondesha jisadi
   Ayapo akusaidi   umepata kupumuwa

2. Tafakari na kupima   usambe tudharawile
   Sitikhara na ulama   hamba mumeo mbwa kale
   Hesi kabisa huruma   baadhi zimsazile
   Afadhali arejele   wata ya rajimi hawa

3. Taratibu nikwambiye   kwamba utashika yangu
   Mvute hata angiye   egeme Muamu wangu
   Aili ziwe na yeye   atekwe na walimwengu
   Qarabae na mafungu   zitatosha kumwenuwa

4. Tumek'utana zijopo   Bwana Haji na Sharifu
   Na Bwana Madi alipo   wa Bwana Bwana Isufu
   Hapo na rejee papo   sione kuwa utufu
   Uwapo mpindanifu   nacha utasumbuliwa

5. Hakuna tena wavuli   mahaba kamwe yafile
   Akwambiyao qauli   moyoni ni linginele
   Toshwa na yako aqili   na ndiya si haba tele
   Sharia liamuzile   kipengee kupitiya

Sheikh Ali bin Saad hakuikubali jawabu aliyopewa. Ni vigumu kwake kukubali kuwa mke aliyeachwa mara tatu bado huweza kuwa ni mke wa huyo aliyemwacha. Katika ubeti wa pili wa mashairi yafuatayo, Sheikh Saad anafananisha ndoa hiyo na bata mwitu (k'wete) aliyekuwa hakuchinjwa kisharia, na kuuliza vipi mnyama aliyekuwa hakuchinjwa sawasawa kuambiwa ni halali kwa Waislamu kumla? Katika ubeti wa tatu anawahoji wenziwe kuwa wayasemayo kishairi sivyo visemavyo vitabu vya sharia. Ingawa mume huyu anaweza kumrejea baada ya mke kuolewa na mume mwingine na kuachwa, lakini kama tulivyosema, ni haramu kumuoza mke kwa madhumuni ya kumuachisha ili arejewe na mume wa kwanza. Iwapo ndoa ifungwe, basi ni lazima tokea awali wanaooana wawe na azma ya kuishi pamoja, siyo kuachana baadaye. Wenye kuoa kwa azma ya kuacha ili kuicheza shere sharia hii anaitwa *muhallil* kwa Kiarabu, na mke mweye kukubali kuolewa kwa madhumuni haya huitwa *muhallala lahu*. Watu hawa wawili wamelaaniwa vikali sana na Mtume kwa maneno haya: *Laana Llahu al Muhallil wa al muhallala lahu*, yaani, 'laana ya Mwenye enzi Mungu juu ya muhallil na muhallala lahu.' Ubeti wa nne unazungumza juu ya mas-ala haya. Anawatajia pia vitabu vya dini vinavyojulikana na mashekhe wa Kiswahili kwa majina ya *Tuhufa*, *Mini* na *Ghaya*[99], na kuwaambia kuwa visemavyo vitabu sivyo wasemavyo wao, na katika ubeti wa kwanza anawashambulia wenziwe kwa jawabu zao na kuwafananisha na nyoka namna apigavyo mapindi:

1. Wongofu kwa tasihili   fika t'umi wangu fika
   Kwa mtezi wa asili   wa pindi na mwenda nyoka
   Mwelevu mwenye akili   na siyasa kukumbuka
   Umwambiye washifaka   ya kwamba wasalimuwa

2. Nyani atindao k'wete   akasaza mnwamai
   Uliza maqadhi wot'e   wafu na walio hai
   Mwenyi Hamadi wa Pate   na Mbwana Mwenye Mui
   Na Bwana Bwana Kipai   akanambiya huliwa!

3. Wallahi Tuhufa yambwao   siyo mwambao malenga
   Mbeja niwasiweo   twalaka t'atu kuwanga
   Na mahari na nguo   mume metwaa mefunga
   Huwaye mambo kuzinga   kusihi kurejiiwa!

4. Na ch'amba ni muhalili   mbwa faragha na masito
   Na mwenye siri umbali   Omari wa Bwaikoto
   Nashuku kwa yambo hili   hana ila hana goto
   Singawale na mayuto   walakini ni mkiwa

5. Ewe mtezi wa hadhi   t'umi na sende akiya
   Katafiti kwa maqadhi   kwa wenye Mini na Ghaya
   Upate la kukuridhi   mas-ala yenye ndiya
   Mume asiyo wasiya   na zigovi ni kuliwa

---

99   Tuhufa = Tufat al-Muhtaj lisharh alfaz al-Minhaj ya Ibn Hair al. Haythami, imechapwa tena na Halabi, Cairo, 1933. Mini = Minhaj al-Talibin ya Yahya (Abu Zakariya) bin Sharaf al-Nawawi (f 676 A.H.), imechapwa tena Cairo, 1933. Ghaya = Matn al-Ghayat wa al-taqlib.

MLANGO WA NNE

Mwishowe Bakari Mwengo anamaliza kwa kurejelea fikira zake kwa beti hizi:

1. Risala kambe urudi sende ukalimatiya
   Zi katika tajuwidi harufu ni zot'e piya
   Na Fat hi liJawadi pamoya na Tamshiya
   Widai na Witiriya zimo katika matini

2. Mwmiso kuitiya wau ni kufanya neno langu
   Usambe nimesahau siwaze mbeja wangu
   Hutunga kula nahau mtungai wa zipingu
   Kisa k'arejeya tangu rego kapata kurewa

3. Mume ndi yeye wako twalaka haikutuka
   Siwape wat'u ziteko wa ndiyani kukuteka
   Kamba langu ndilo lako fahamu ukikumbuka
   Wana watasikitika hata mwenyewe apowe

4. Hapakuwa muhalili ndowa yenu ipapale
   Ulama hawakubali wot'e walitafikile
   Kesho mbee za Jalali liyalo utukuzile
   Afadhali narejele wata ya rajimi hawa

5. Khatamtu nikomele maneno kuyakhitimu
   Sasa mlete atule adumu naye dawamu
   Aye nyumbani alale khidima anikhudumu
   Asitakiri Muamu hakiy ake atendewe

Mpaka hapa nimetoa mifano ya mashairi yaliyotungwa hapo kale. Jee, mashairi ya namna hii yametumika katika karne zilizopita tu, au mpaka leo watungaji hutumia mashairi katika kuelezeana yao yanayowaathiri maisha na fikira zao? Mambo yanayoathiri hali za watu, ambayo huweza kutungiwa mashairi, ni mengi katika maisha ya wanaadamu wengi na mambo hayo hutokea katika kila zama; na watungaji nao katika mila ya Kiswahili si kidogo katika zama zozote. Kwa hivyo mashairi ya aina hii hupatikana sana hata leo. Hapa nitamaliza sehemu hii kwa kutoa mfano wa kisa kinachotokea hivi sasa, wakati wa kukiandika kitabu hiki, kilichomfika swahibu yangu Sheikh Ahmed

Sheikh Nabhany. Bwana huyu ni mmoja katika watungaji hodari na maarufu sana katika zama zetu hizi. Hivi karibuni wajukuu zake wawili ambao bado ni watoto wadogo, na mkubwa wao hajatimu miaka mitano, wamenyakuliwa na baba yao na watoto kuwavusha mpaka kutoka Kenya na kuwapeleka Tanga bila ya kumshauri mtaliki wake wala yeye Nabhany, ambaye ni babu yao watoto kwa upande wa kuukeni. Nabhany ameona uchungu mkubwa kwa kutendewa kinyume na mila ya Kiswahili. Kwa upande mwingine, tunaweza kufikiri vipi mama mtu anavyohisi kufarikishwa na wanawe, na vipi anavyomlilia mzee wake, Sheikh Nabhany. Mradi, Swahibu yangu amefikwa na maafa mapevu yenye kutia uchungu khasa kwa jeuri iliyotumika na maneno ya kejeli yaliyofuata. Kwa sababu upande wa kuumeni ni watu wa biashara na wana mapesa, na dunia waishio, mapesa huweza kukupatia mengi; haya yamezidi kumtia machungu swahibu yangu. Katika machungu yake, akatunga mashairi haya ya kuomba haki na kutoa machungu aliyonayo, na zaidi ya hayo, kuwaapiza waliowaonesha machungu na ujeuri baada ya hisani ya kumuoza mpwawa wake.

1. Ya Rabbi ya Rahamani   nakuomba mwenye quwa
   Uwahizi uwalani   walotwaa wayukuwa
   Kwa khila na ukhaini   watoto kuwatukuwa
   Ni wewe wa kuwatowa   utwetee mikononi

2. Ilahi tena walani   mt'u mwana na babake
   Uwatese duniyani   wasinene wasiteke
   Wakomeke ufatani   maisha waungulike
   Nao wasifurahike   wakikatika maini

3. Kwanda ni huyu jauri   aloifanya Qaruni
   Ati yeye ni tajiri   atudhili masikini
   Ya Rabbi Mola Jabari   msukesuke Manani
   Mwangamize Rahamani   atake asiipate

4. Chondowe chake kiburi   cheo umfanye duni
   Uwaudhi ya Qahari   wayuwe ulimwenguni
   Zivunde zao dhamiri   uwatekeze Manani
   Uwatiye mashakani   Rabbi uwatokomeze

5. Ya Rabbi ndimi wak'ate   wasiweze kuatama
   Uwapaze yao mate   zidaka kuwasakama
   Ya Rabbi wakutekute   wasiweze kusimama
   Ya Ilahi ya Karima   waja wako situwate

6. Ya Rabbi yateketeze   mapesa na yao mali
   Na waja wawaapize   majauri waso jali
   Na wakubwa wawatweze   wendapo wawape dhuli
   Warushe zao akili   fikira uwapoteze

7. Ya Rabbi wavunde nguvu   wendapo wasifaidi
   Yadhihirishe maovu   yao hawa mahasidi
   Uwafanye wapumbavu   ya Ilahi ya Wadudi
   Wakose wao muradi   ya mawi na upotevu

8. Na wenye kuwahimiza   na kuwaunga mkono
   Ni wewe wa kuwatweza   wasiupate usono
   Waliye wakililiza   zitaya zigonge meno
   Utupe ushindi mno   tushinde kushindikiza

9. Matozi yatiririka   kama seli zifuani
   Twakuombawe Rabbuka   ututiye hifadhini
   Utwepuwe na mashaka   na maudhiko ya ndani
   Tuwashinde mafatani   nyoyo zao kuvundika

10. Rabbi Mola uwalani   lana iwatanetane
    Mashingo yende rohoni   na makero yawatune
    Wahizike duniyani   wasikae wasisone
    Iwe ni ntwe na tone   wasagauke maini

11. Mola wangu nileteya   wayukuwa kwa amani
    Uwepuwe na udhiya   waje salama nyumbani
    Kwa furaha na afiya   warejee masikani
    Ruhu ziwe zilindini   na mitima kutuliya

12. Rabbi Mola ya Karima   pweke usio kifani
    Mola walete salama   wahifadhi Rahamani
    Tuwalee kwa huruma   nao wawe na imani
    Mahasidi mafatani   Zivunde zao dhuluma

13. Rabbi nitakabaliya   Mola duwa yangu hini
    Kama ya T'umwa Nabiya   aloomba mzingoni
    Ukome wao udhiya   kafu isiunge nuni
    Iwe kuni fayakuni   kama iwe kwatiliya[100]

Kwa upande wangu nikasikitishwa sana na matokeo yaliyotokea, khasa kwa vile niliona kuwa hapakuwa na haja ya inda na chuki baina ya watu waliooana na kuzaa pamoja. Nilisikitika kwa jambo hili na vilevile kuona kuwa Nabhany amefika hadi ya kuapiza kwa mashairi kwa kutokuweza tena kuvumilia maonevu. Waswahili wengi huamini kuwa dua ikitungwa kwa tungo, basi mara moja hupokewa na Mola Mkwasi; ndipo tukaona kuwa dua nyingi za Kiislamu ni za tungo. Na dua hii ya Nabhany ameitunga mwenyewe, tena katika kulia kwa kite, kulilia haki. Nikaona kuwa hii ni hatari kubwa sana. Nikawa sina budi ila nijaribu kumpoza na kumsitiza mwenzangu ajaribu kuvumilia machungu na kumshitakia Mungu tu bila ya kuapiza. Kuweza kufaulu na lengo hili si kazi ndogo, maana kila kukicha maneno ya chuki na kejeli yaliyokuwa yakitoka upande wa kuumeni yakimfikia Nabhany na hapana shaka, vidudumtu walikuwa wakiongeza na yao pia. Shida nyingine ni kuwa mimi niko Marekani, mbali sana na aliko mwenzangu, kwa hivyo ni taabu kumrai na kumpumbaza; kama walivyosema wavyele wetu, "Fimbo ya mbali haiui nyoka." Ili nifaulu, inahitajia kusema na swahibu yangu na kumpa hoja zenye kukubalika, usia wa maana, na nimweleze hayo kwa lugha itakayoweza kumuathiri, nayo ni mashairi ambayo yatampoza na kumtuza; na mimi situngi sana; basi hiyo imekuwa ni kazi pevu. Lakini panapo haja, kiwete hupata mwendo. Nilishika kalamu na kumuandikia barua inenayo haya:

---

[100] Nabhany, barua, 4 Februari, 1986.

1. Risala wa Swahilini   nenda kanisalimiye
   Swahibu wangu mwendani   umweleze asikiye
   Nilonayo kifuwani   yot'e umfunuliye
   Upole mkhubiriye   apowe ndani moyoni

2. Mwambiye imewaswili   risala yenye majonzi
   Ya matokeo thaqili   ya huzuni na simanzi
   Kwa kujepewa ahali   zijukuuze zipenzi
   Ni upeo wa ushenzi   alotendewa mwendani

3. Iwazi katika dini   haki kwa wane ya mama
   Ujeuri kwa yaqini   kufanziwa ya dhuluma
   Ni kukosa na imani   na hisani kusukuma
   Ngojeya yajayo nyuma   ya rada yake Manani

4. Alofanza ya haramu   ni akhasi ya jahili
   Simuite biniadamu   ni hayawani kamili
   Mekuwa si Isilamu   angejidai kuswali
   Ni unafiki wa kweli   kusujudu mswalani

5. Yalosibu si mageni   Anaelewa Latwifu
   Alijepewa zamani   Yaqubu wake Yusufu
   Na huu ni mtihani   tusiwe wat'u dhaifu
   Wala usiwe na khofu   ni hisabu tu akhera

6. Malipo ni duniyani   tungali papa tuhai
   Yot'e ni yake Manani   ukwasi wangajidai
   Subira tusubirini   tafadhali nakurai
   Kuapiza haifai   tungakatika maini

7. Tamati sendi urefu   uniswamehe mwenzangu
   Nyoyo zetu zi khafifu   viumbe vya ulimwengu
   Twakuombawe Latwifu   tuondoshee machungu
   Mwenye dhamiri ya bangu   tukinge naye ya Rabbi[101]

---

101 Shariff, barua, 20 Machi, 1986.

TUNGO ZETU

Swahibu yangu alipendezewa na maneno yangu, lakini alizongwa na machungu akawa bado si tayari kunisikiliza usia wangu. Akanijibu haya:

1. Risala wa Swahilini   rudi wenende muhimu
   Usichelewe ndiyani   ufike kwa Burahimu
   Umpe za Nabahani   hizi ni zake salamu
   Mwambiye amefahamu   na yot'e yamemweleya

2. Hela nenda utongowe   maneno yangu ni haya
   Umweleze aelewe   apate kuzingatiya
   Undani asitukuwe   aiswafi yake niya
   Siukatai waswiya   wako wangu muhisani

3. Sikuiwata subira   hata wewe waniyuwa
   Kula yambo la kukera   na maudhi kufanyiwa
   Hili litiziye fora   kujepewa wayukuwa
   Ghafula kuwatukuwa   pasi kite na imani

4. Ni mengi wangu mwendani   sitaraji kukweleza
   Ya t'ota na ufatani   na madhila ya kuliza
   Na mimi ni masikini   mnyonge sina uweza
   Ndipo nami kamwapiza   kumwekeza kwa Manani

5. Wana nguvu za mapesa   jeuri na taraghani
   Hunena hawayatasa   hazisi mwao bengini
   Wasema watatutesa   zijana tuwatamani
   Mimi nina quwa gani?   Ila kwa Mola Jaliya

6. Kwani huyu ni adui   kumwapiza ni wajibu
   Kumuwata haifai   mazuri kuyaharibu
   Ndu yangu unganirai   sikukataa swahibu
   Metuk'usisha dharubu   kwa tewengo na makero

7. Huringa akitapasa   ya mawi na ya uvundo
   Maovu akitwambisa   ili kututaka k'ondo
   Ati unayo mapesa   hajali zetu zishindo
   Rabbi ampe kimondo   kimwat'uwe pande pande

8. Hupita akiinaki   kuwa halimpati yambo
   Wakubwa utemeleki   ni lipi la kwenda k'ombo
   Atatwandama kwa chuki   gari kunipija k'umbo
   Rabbi wape mitaimbo   wat'ekuke nt'i hini

9. Hutufanyiya ubishi   mno na kutututuza
   Kutuoneya bilashi   ya urongo kuyazuza
   Na kula la utotoshi   wandi na kutongoleza
   Rabbi Mola tawatweza   kama povu la swabuni

10. Kuna hoyo kit'atange   mtiya t'asi emani
    Rabbi mwiwa umdunge   ushingo wende na ini
    Asitambe asizinge   aangame kitandani
    Mvundevunde Manani   endapo aazirike

11. Tamati hapa nakoma   Rabbi taqabali duwa
    Zivunde zao dhuluma   utwetee wayukuwa
    Waye hapa kwa salama   na mitima kututuwa
    Afuwa Rabbi Afuwa   utuafu waja Wako[102]

Ingawa katika mashairi haya aliendelea kuapiza, lakini niliposoma ubeti wa pili nilijua kuwa hakukataa kabisakabisa kunisikiliza, lakini ilihitajia nizidi kumrai kwa lugha itakayompoza, kumbembeleza na kumzindua kwa hoja kuwa hao anaowaapiza pia ni wazazi wao hao wajukuu. Basi nami nikamjibu yafuatayo:

1. Tumishi mwenye adabu   nenda hadi Kibokoni
   Kwakeye limahabubu   Ahamadi Nabahani
   Mwambiye wangu swahibu   wa kite na wa imani
   Imewaswili nyumbani   risala yake tukufu

---

102 Nabhany, barua, 27 Machi, 1986.

2. Mefika pangu nyumbani   na salamu ziso toto
   Hazipimiki mezani   kwa ukali na uzito
   Amezidi kulaani   ndimi aziwasha moto
   Hebu punguza vuguto   umswaliye Rasuli

3. Kimondo kumuombeya   p'andep'ande kimwatuwe
   Piya mitaimbo piya   na nchi afariqiwe
   Kama povu kupoteya   nafusi yake atwezwe
   Endapo aaziriwe   na mengi ya kama haya

4. Laana kuwafikiya   kwa wingi iwashukiye
   Ndimi kuwakatikiya   zidaka ziwasakamiye
   Na mali kuwapoteya   mt'u mwana na babaye
   Fikiri ya baadaye   wajukuu kusikiya

5. Tuseme kasikiliza   kapokeya maapizo
   Mola akawangamiza   kwa ulumbi wa duazo
   Watu wakawadokeza   mayatima wajukuzo
   Si khasama na mizozo   ulopanda na kuvuna?

6. Wakaazimiya bangu   khasama kualikiza
   Wangakupiga marungu   na vijembe vya kuliza
   Ungajawa na machungu   kwa idhilali kufuza
   Haifai kuapiza   pokeya usiya wangu

7. Mungu kumshitakiya   na kuapiza si sawa
   Hakimu huwasikiya   wot'e walioonewa
   Na wenye kumliliya   kwa mawi walotendewa
   Mara moja hulipiwa   kwa maovu ya hatiya

8. Omba kheri na salama   kupata wenu muradi
   Omba haki kusimama   na wajukuu kurudi
   Omba furaha ya mama   na ya wakeye walidi
   Mara moja kwa Wadudi   kuitikiya ya kheri

9. Namuelekeya Yeye Mola akupe subira
   Joto akupunguziye hizo za ndani harara
   Kheri akujaaliye na furaha na sitara
   Na pepo kesho Akhera Rabbi nitaqabaliye[103]

Sheikh Nabhany ingawa mara nyingi hunisikiliza mausio yangu kwa kunikinai na kuamini kuwa nina insafi naye na siku zote namtakia kheri, lakini matokeo haya ya kunyakuliwa wajukuu kwa jeuri na kejeli ni jambo ambalo hisi zake za machungu hakuweza kuzikumta kama vumbi zikamuondokea. Katika kunieleza ayahisiyo alinitungia haya:

1. Amefika muadhamu t'umi hata Kibokoni
   Akazitowa salamu za kite na za imani
   Zako wewe Burahimu nazipokeya mwendani
   Mimi nduyo Nabahani nikupendao swahibu

2. Ni kweli si ya mizani mambo haya si matoto
   Si ratwili wala mani kuyapima ni mazito
   Kututwaliya nyumbani tuwapendao watoto
   Rabbi atawapa moto wa akhira na duniya

3. Chetu Kitabu cha haqi kitukufu Quruani
   Chatwambiya makhaluqi waziwazi na bayani
   Mumuonapo fasiqi musiwate mtajeni
   Ndipo kaomba Manani endapo aaziriwe

4. T'umwa mewapiza lana wenye kuwafariqisha
   Kijana na wake nina mbali kuwatenganisha
   Ndipo nami kalingana na matozi yakinosha
   Sababu yamenipisha kuwadhulumu zijana

---

103 Shariff, barua, 5 mai, 1986.

5. Ipi zaidi khasama   kuliko hini ukali
   Mimi napinga dhuluma   zijana kutowadhili
   Wawe ni wenye kusoma   wasiwe ni majahili
   Wakishapata aqili   fitina hawatoshika

6. Sikuanda mimi sasa   hela nawe pulikiza
   Alianda Tumi Musa   Fir'auni kumwapiza
   Na Mola akamtosa   zimbwini kamwangamiza
   Mateso yakafuliza   mayowe ni la misasa

7. Mngu kumshitakiya   ndiyo yaliyo fahamu
   Na mja kunyenyekeya   ni sawa mwana Adamu
   Sina wa kumliliya   ila ni yeye Hakimu
   Anishindiye dhalimu   kiburi chake kikome

8. Tambara hunitetema   ulimi nikiradidi
   Inshallah itasimama   haki wenetu warudi
   Afurahi Esha mama   Khadija na Ahamadi
   Utimu wetu muradi   duwa iwe maqabuli

9. Amina naitikiya   Mola atupe subira
   Na nyoyo kututuliya   atwepushiye madhara
   Kheri tatujaaliya   tutereme na sitara
   Kila mwenye kutukera   Ya Rabbi amwangamize[104]

Majibizano baina yangu na swahibu yangu Nabhany juu ya mas-ala haya hayakumalizika hapa, lakini mifano hi, natumai, inatosha hapa, lakini mifani hii, natumai, inatosha hapa. Mambo haya ya kueleza hisiya za ndani na kumshitakia Mwenye-enzi Mungu au kumueleza mwenziwe mtu maafa yaliyomfika yeye au mtu wake na kumtaka shauri kwa mashairi, si mambo yaliyoanza karibuni katika fasihi ya Kiswahili. Hata ilipofika Karne ya kumi na nane, mashairi yalikuwa ni moja katika lugha muhimu za kupashana khabari na mawazo yaliyokuwa muhimu, na mwenendo huu ungali ukifuatwa na watungaji wengi hata leo.

---

104 Nabhany, barua, 20 Juni, 1986.

Mpaka hapa tumezungumza na kutoa mifano ya mashairi yanavyotumika katika wakati wa misukosuko, maudhiko mapevu na mambo kama haya. Lakini hii si sura kamili ya namna yanavyotumiwa mashairi. Kama tulivyosema kabla, bahari hi aghlabu inatumika pale mtu anapoona ayatakayo kuyazungumza ni mambo muhimu kwake, na kama tulivyosema 'umuhimu' si kitu cha kuweza kutiwa katika mizani kikapimwa uzito wake. Kwa hivyo hatuwezi kutaja sharia na kuonesha mipaka ya jambo hili linalotegemea hisiya za mtu. Lakini tunaweza kusema kuwa, kwa jumla, ukiangalia mambo yaliyotungwa kwa nyimbo na kwa mashairi, utaona kuwa mambo mengi zaidi yaliyoelezwa kwa mashairi ni mazito yenye kuathiri maisha ya watu zaidi.

4.16 Katika kufanyiana dhihaka na kupumbaza umma

Kuna tungo nyingi zilizotungwa kwa mashairi ambazo ni za mizaha tu, na tukiangalia kijuujuu tunaweza kusema kuwa mashairi hayo hayawezi kutiwa katika mambo mazito yenye kuathiri hali za watu au yaliyosababishwa na mambo yaliyowaathiri watungaji. Tungo za aina hii, kwa mfano, ni zile za watungaji wa rika moja waliokuwa marafiki, na hupenda sana kufanyiana mizaha. Katika mapisi ya Waswahili wamepita watungaji wengi wa aina hii. Tumetoa nyuma mfano wa nyimbo za mzaha baina ya Sheikh Nabhany na mimi, lakini katika miji mingi ya Kiswahili na katika kila rika, utawapata watungaji wa aina hii. Hapa tutatoa mfano mmoja wa watungaji kama hao waliokuwa wakipenda kufanyiana dhihaka kwa mashairi na kuangalia iwapo wayatungayo ni mambo muhimu, au ni mambo ya upuuzi yasiyofaa kutungiwa kwa bahari ya ushairi.

Katika watungaji maarufu sana walioishi wakati mmoja na wakawa ni marafiki wa kufanyiana mizaha mingi kwa mashairi, nadhani mabwana Ali bin Said bin Rashid Jahadhmy 'Kamange' (1830-1910 kwa kukisia) na Sarhan bin Matar al Khudhury (1842-1926 kwa kukisia), walioishi Pemba[105], ni watungaji wawili wanaojitokeza sana kwa kutunga mashairi ya aina hiyo. Mtungaji huyu tuliyemtaja kwanza alijulikana sana kwa jina la 'Kamange,' yaani kubwa la manyani, na pia kwa jina la 'Basha Ali.' Wa pili alikuwa ni

---

105 Saggaf, Mswada, Mombasa, 1984.

maarufu kwa jina la 'Sarahani' tu. Mashairi yao ya kuchokozana ni mengi sana, na mengi yametoweka na kusahauliwa. Juu ya haya, Swahibu yangu, Maalim Sayyid AbdurRahman Saggaf Alawy wa Wasini, Kenya, ameweza kukusanya mashairi yao mengi sana na khabari za maisha yao na, tunatumai, karibu ataweza kuchapisha kitabu juu ya watungaji wa juzi wa Pemba. Yanayofuata ni moja katika mashairi ya kufanyiana mizaha waliyotungiana Kamange na Sarahani; kwanza alianza Sarahani:

> Umjinga Shekhe Ali   haqiqa nimesadiqi
> Kula nikikusaili   jawabu haiwafiqi
> Sana nimetanaqali   nakimbiya makhluqi
> Niko Jabali Shahiqi   nataka kisicholiwa

Kamange:

> Tanabuhi ya juhuli   siniudhi hahiliqi
> Jinga usiye aqili   ukimbiaye riziqi
> Na kama umeshteli   sikiya sana shafiqi
> Njoo Jazirati waqi   nikupa kisicholiwa

Sarahani:

> Nikhubiri fil hali   'lakhe nashtadhwiiqi
> Njaa imeniatwili   nalegeya nidaqiqi
> Na vilavyo watu sili   nipa shauri shafiqi
> Niko Jabali Shahiqi   nataka kisicholiwa

Kamange:

> Khubira yako qabuli   wabiLlahi tawfiqi
> Sarahani udhalili   huna pesa ya zimbaqi
> Waqi hakufiki kheli   baghla wala Buraqi
> Njoo Jazirati Waqi   nikupe kisicholiwa

Sarahani:

>Mimi nimekitafuta   khatima nikahamaqi
>Kwa kuwa sikukipata   Ghurubi na Mashariqi
>Nambiya japo kwa vita   kiliko takilahiqi
>Niko Jabali Shahiqi   nataka kisicholiwa

Kamange:

>Kipo si cha kutafuta   kimo ndani ya amiqi
>Watu hawajakichota   hakirambi shimliqi
>Akilapo atajuta   kwa balaghamu na riqi
>Njoo Jazirati Waqi   nikupe kisicholiwa

Sarahani:

>Kama hakipatikani   sizuwe cha unafiqi
>Wala si cha ushindani   tupe linalo twariqi
>Nambiya kula makani   Dimishqi ni Iraqi
>Niko Jabali Shahiqi   nataka kisicholiwa

Kamange:

>Ni maujudi sidhani   kiko nimekihaqiqi
>Umbo lake khadharani   mfano wa shiqiriqi
>Si kitu chenye majani   matawi wala uruqi
>Njoo Jazirati Waqi   nikupe kisicholiwa

Sarahani:

>Huliya zote thimari   aidha na auraqi
>Na turabi na haujari   na sabaa atwibaqi
>watu hula hata nari   hali ya kuwa hariqi
>Niko Jabali Shahiqi   nataka kisicholiwa

Kamange:

> Wacha twini na shajari huko sharuti sabuqi
> Ukiarudhi bahari bi nahari wa ghazaqi
> Kuna panga na khanjari twabaqan an twabaqi
> Njoo Jazirati Waqi nikupe kisicholiwa

Sarahani:

> Birika yuwangojewa mtu akisha sabiqi
> Baadaye hupokewa wewe akakufariqi
> Au la utaridhiwa ufapo na yote baqi
> Niko Jabali Shahiqi nataka kisicholiwa

Kamange:

> Ya birika kungojewa viumbe kutaharaqi
> Kionekanacho huliwa japo kukatwa unuqi
> Jicho ndilo lenye ngowa ya shauqu na shaqiqi
> Njoo Jazirati Waqi nikupe kisicholiwa

Sarahani:

> Kipi nitajia jina na unadhiriya haqi
> Na swifaye na namna ni bedhwa ni azraqi
> Na ulipokukiona mimi nende hafariqi
> Niko Jabali Shahiqi nataka kisicholiwa

Kamange:

> Qatwa sitakupa jina huna pesa mzindaqi
> 'l Hudhuri twalingana wala hamtarazaqi
> Kikanzu mwasumbuwana na vivyostiiraqi
> Njoo Jazirati Waqi nikupe kisicholiwa

MLANGO WA NNE

Sarahani:

> Wakatabahu maani   mjinga wa kunatwiqi
> 'l haqiri Sarahani   kula na watu hatwiqi
> Ataka chake mpeni   ali katika khandaqi
> Niko Jabali Shahiqi   nataka kisicholiwa

Kamange:

> Wakatabahu bayani   'l haqiri 'l wathiqi
> 'l faqiri kwa Dayani   kwenu msinirufuqi
> Msuka na Mkowani   ni jogoo mswiyaqi
> Njoo Jazirati Waqi   nikupe kisicholiwa

Sarahani:

> Tama nataka jawabu   yaniangusa ashiqi
> Na watu wanighusubu   yote wametaalaqi
> Akujazili thawabu   nondowa hamu swadiqi
> Niko Jabali Shahiqi   nataka kisicholiwa

Kamange:

> Tamati hilo jawabu   ulimi nautwaliqi
> Maneno sikuharibu   nimetunga nikinaqi
> Haishi yetu harubu   karaadhi wa bariqi
> Njoo Jazirati Waqi   nikupe kisicholiwa[106]

Ukiyasoma mashairi haya na kuyafahamu kidogo tu, utaelewa kuwa Kamange na Sarahani wametungiana mambo ya mizaha na kupeana maneno ya vitandawili.

Suali tunaloweza kuliuliza hapa ni: Iwapo mashairi yanakhusu mambo ya mizaha, vipi basi tumejadili kabla kuwa mashairi hutumiwa sana pale mambo yanapokuwa muhimu na yenye kuathiri sana maisha ya mtu au watu?

---

[106] Al-Khudhury, Sarhan bin Matwar, baadaye Sarahani, na Jahadhmy, Ali bin Said bin Rashid Kamange,' baadaye Kamange; Saggaff, mswada, Mombasa, 1984.

Kwa hakika, ukielewa sababu nyingine muhimu ya Kamange na Sarahani kutungiana tungo zao nyingi za mizaha, utatatukiwa kuwa tungo hizo zilikuwa na lengo muhimu. Kamange na Sarahani hawakuwa wakitungiana wao wawili tu, bali Pemba nzima na hadi Wasini na hata Mombasa palikuwa na watu wengi waliokuwa wakingoja kwa hamu kuu sana kila siku kutaka kusikia tungo za majibizano za watu hao. Katika zama zao, Kamange na Sarahani walikuwa mfano wa redio na runinga (televizhani) zilivyo leo; vile walivyokuwa watu wakingoja kusikiliza tungo zao. Kwa hivyo, utaona kuwa ingawa waliyokuwa wakiyazungumza, mara nyingi, huonekana kuwa hayatokani na misukosuko ya maisha – ingawa walitungiana tungo zinazotokana na hayo pia – lakini, kule kuwafurahisha umma wa watu ndilo lengo lao, na hili ni jambo muhimu pia.

Ukiyasoma mashairi haya ya Kamange na Sarahani tuliyoyanakili, utagundua kuwa si watu wengi wanaoelewa lugha waliyoitumia. Lakini ukielewa kuwa watungaji hao walikuwa na lengo la kuwafurahisha wasikilizaji wa mashairi yao, na katika kuwapumbaza, walitumia lugha ya kuwababaisha na kuwasumbua mfano wa kuwapa vitandawili – na Waswahili ni watu wanaopendezwa sana na vitandawili – utaelewa kuwa si muhimu kuelewa watu hao walikuwa wakisema nini khasa katika mashairi haya tuliyoyanakili. Muhimu ni kuangalia maneno ya ufasaha na ulumbi yalivyotumika. Na hili si jambo geni kwa Waswahili wala kwa watu wengi duniani. Mara nyingi tunawashuhudia wanasiasa wakisimama kwenye juukwa na kunena wanenayo na watu wakapumbazwa na kufurahika sana na ulumbi wao; lakini ukijaribu kuchambua waliyoyasema, utagundua kuwa hayana maana wala uzito wala mashiko katika hali ya maisha yetu. Wasikilizaji huwa wamefurahika na ufasaha uliotumiwa, na huyo mwanasiasa na chepe au chale yeyote katika sinema huwa wana tafauti ndogo sana, maana wote huwa wamefuzu, zaidi, katika lengo moja: Kuwapumbaza wasikilizaji.

Kamange na Sarahani walipendwa sana kwa ulumbi wao. Katika mashairi tuliyoyanakili, utaona hata kule kutumia vina vya -qi ambavyo si rahisi kuvipata katika Kiswahili, na utumiaji wa vina hivi pia ni moja katika njia ya kuwafurahisha wasikilizaji wa tungo zao, maana wasikilizaji, kwa hamu kuu, huwa wanangoja, kwa mfano, nani atakayeishiwa na vina hivyo katika kutunga kwake. Vilevile, wametumia majina kama Jabali Shahiqi na Jazirati

MLANGO WA NNE

Waqi, ambayo ni majina yaliyotumiwa katika hadithi za *Alifu Lela Ulela*, ambazo ni hadithi za mambo ya kiajabu sana na ni hadithi zilizosomwa na wengi, kwa Kiarabu, katika zama zao, na wenye kusikia majia hayo yakitumiwa katika tungo za Sarahani na Kamange, walijua tu kuwa watungaji hao walikuwa wakichezeana vitandawili. Kwa ufupi basi, utaona kuwa Kamange na Sarahani, kama watungaji wengineo waliotungiana namna hiyo, walikuwa na lengo *muhimu* la kuwafurahisha watu wao.

Katika kumbo hili, tunaweza kutia mashairi ya vitandawili ambayo mtungaji huwatungia watungaji wenziwe na kutaka jawabu ya yeyote atakayependezewa kujibu. Vitandawili vikitungiwa mashairi aghlabu huwa ni vizito na aghlabu mtungaji huwa anawaambia watungaji wenziwe, kwa kutumia bahari ya ushairi, kuwa aliyoyatunga si mambo mepesi. Angalia mfano huu wa mashairi ya aina hiyo yaliyotungwa na Sheikh Ahmed Nabhany:

1. Umenipa mkononi   mai pasina kikombe
   Tone halikwenda t'ini   yangayaa lembelembe
   Yamenishuka k'ooni   matumboni yaniwembe
   Sikunwa kwa kijahambe   wala kwa chombo wendani

2. Mai hayamiminiki   hayatekwi mtungini
   Na wala huyamuniki   ukayaona bayani
   Lakini hupijwa ndiki   ukapowa mkononi
   Huburudisha moyoni   na kukutowa na dhiki

3. Mai hayo nambiyani   nipate nami kwelewa
   Hayatoki kisimani   wala katika maziwa
   Na wala si ya mtoni   si ya wingu la mvuwa
   Metuumbiya Moliwa   zizuri ulimwenguni[107]

---

107 Nabhany, Nabhany, Mombasa, 1976.

4.17 Katika kuuliza masuala na kujibiwa kikamilifu.

Mfano huu unaofuata ni wa mashairi baina ya muulizaji, Bwana Rehema wa Faruqi Al-Baury na aliyeyajibu masuala ni Bwana Said wa Haji Khamis. Wote wawili ni Wapate:

1. Enyi mulio wayudhi   ambao wenye kuyuwa
   Yeo nina uchambudhi   nataka kuchambuliwa
   Nimetafakari nyedhi   sikuwedha kuchambuwa
   Mwana kulapidha dhiwa   huwa pana haki gani?

2. Hulapidhiye dhiwa   naye unwee tamajri
   Ndicho k'ichu alopowa   alipoona dahari
   Enyi mulio welewa   nenani kwa tafasiri
   P'apa Kwapidha bahari   huwa pana haki gani?

3. Apidha iye bahari   na yeye ndani huketi?
   Tena ni mt'u jairi   kipitacho hakiati
   Kamwe kamwe hafikiri   yatankucha mauti
   Mchi kuapidha t'iyati   huwa pana haki gani?

4. Dhicha hidhi ni thakili   hadhifanyiki suluhu
   Mchi uwembe makali   ingadhii yake ruhu
   Na nt'i haikubali   kuwa yeye ni rajihu
   Muili kuapidha ruhu   hua pana haki gani?

5. Ruhu kutowemo ndani   muili hautochuwa
   Utakuwa fadhaani   haubudi utaliwa
   Dhitimbi dhake na kani   hadhiwedhi kumwokowa
   Nyuki kulapidha uwa   huwa pana haki gani?

6. Ni kukosa tafakuri   nyuki kulapidha uwa
   Memuhukumu Jabari   ndiyo dhakeye dhiliwa
   Imedhunguka dahari   dhingatiyani welewa
   Mmeya kuapidha vua huwa pana haki gani?

7. Fumbo langu nimefunga   nataka kufunguliwa
   Fumbo hufumbwa muyinga   mwerevu akatambuwa
   Chamba mwando hukupinga   ila mwiso huelewa
   Asoyuwa la sitawa   na la aibu hayuwi

Bwana Said wa Haji Khamis akajibu kama ifuatavyo:

1. Inuka mwenye kiasi   tumishi mwenye adabu
   Uvaliye malabusi   mavazi ya Kiarabu
   Utukuwe karatasi   mpekee swahibu
   Mwambiye chako kitabu   shaha amekifahamu

2. Kijana kuapidha mama   hapana haqi qatwii
   Ni amri ya Karima   kufuacha na kutwii
   Na p'epo yenye neema   mwapidha nina hangii
   Kumpa haqi hufai   swababu una lahani

3. Kijana kuapidha dhiwa   Baswiri yamemweleya
   Ni nyaka tuloambiwa   ni kiwa dhimetimiya
   Akidhdisha kupowa   madharani atangiya
   Aoneapo udhiya   hapidha dhiwa yaqini

4. Na aswili ya kuapidha   t'anena tufunge kesi
   Ni kuwa ametimidha   nyaka miwili kiyasi
   Nina kumregeledha   hukhasirika nafusi
   Aipatapo nafasi   hulapidha kwa yaqini

5. Huja ya papa mwelewa   kwapidha pasina budi
   Huwa amepichikiwa   mekwenda mai baridi
   Hayabudi kumwuwa   tabiyadhe si mufidi
   Kisalimika kirudi   huyapidha kwa yaqini

6. Nisikidha nichongowe   huja nt'i kuapidha
   Huwa nt'i ni ya mawe   midhi hawnendi podha
   Awaonapo wendiwe   huchenda na kutepudha
   Hendelea kaapidha   kamba bathi nichende nni?

7. Ewe ulio naswihu   huwedhi kudhingatiya?
   Yambo kama misbahu   hata jura humweleya
   Muwili kwapidha ruhu   ni mashaka ya Duniya
   Hukhitari kuifia   apukane na lahani

8. Haya si ya kudhengewa   umeidhidisha hamu
   Kwa kila mt'u ayuwa   ambao mwenye fahamu
   Nyuki haapidhi uwa   ila uwa la mdimu
   Sababu kwake ni sumu   humtowa duniani

9. Mmeya kuapidha vuwa   huchendeka midirara
   Na wakulima wayuwa   wayendemeo ibara
   Machone hayo huuwa   na baa kula daira
   Ukondoka mwamara   kwa vua hiyo yaqini

10. Fumbo lako la machacha   mefunguwa mchambudhi
    Sikupinda sikuvucha   wala sikukacha udhi
    Wainga yaliwachacha   mefahamu mmaidhi
    Sitawa ya siku hizi   ni aibu ya kikaye

11. Asiyefundwa hayuwi   apoipasa kuyuwa
    Asosoma hachambuwi   khati amezoribiwa
    Aso na nguwo hatambawi   achapo kulahaniwa
    Kwamba na asoelewa   mchu hupasuka ndani[108]

4.18 Ziada

Kuna mashairi mengi yaliyotungwa juu ya mambo tafautitafauti ya maisha. Kwa mfano kuna mashairi juu ya *ahadi*, *deni*, *upweke*, *kimya* na kadhalika. Ukiangalia kijuujuu utaona kuwa haya ni mambo ambayo mtu hujitungia tu bila ya kuwa na lengo wala sababu iliyompelekea kutunga utungo wa aina hiyo. Lakini hili si lazima liwe ni kweli. Mara nyingi sana mtungaji anapotunga utungo wa aina hii huwa ama amefikwa na mambo yaliyompelekea kutunga utungo huo, au anawahadharisha wenziwe juu ya jambo fulani la kimaisha

---

108   Mashairi haya nimesomewa na Bwana Said wa Haji Khamis, Lamu, 1983.

lililokhusiana na hayo ayanenayo kwa utungo. Angalia kwa mfano mashairi haya ya Muyaka aliyotunga juu ya *kimya*:

1. Kimya kina mshindo mkuu   ndivyo wambavyo wavyele
   Kimya chataka k'umbuu   viunoni mtatile
   Kimya msikidharau   nami sikidharawile
   Kimya kina mambo mbele   tahadharini na kimya

2. Kimya ni kinga kizushi   kuzukiya walewale
   Kimya kitazua moshi   mato musiyafumbule
   Kimya kina mshawishi   kwa daima na milele
   Kimya kina mambo mbele   tahadharini na kimya

3. Kimya vuani maozi   vuani mato muole
   Kimya kitangusha mwazi   mwendako msijikule
   Kimya chatunda p'umzi   kiumbizi kiumbile
   Kimya kina mambo mbele   tahadharini na kimya[109]

Baada ya kusoma mashairi haya, kisha ujiulize masuali; kwa mfano, huyo mtungaji alikuwa akizungumza juu ya kimya tu au alikuwa na mambo fulani aliyokuwa akiyafikiria. Kwa nini, kwa mfano, akatutajia kuwa "kimya chataka kumbuu," ambayo ni nguo Waswahili walikuwa wakijifunga tumboni wakati wa vita. Katika vita watu huwa wanachezwa na matumbo kwa khofu, na kutikisika kwa matumbo kunazidi kumtia mtu khofu hata wengine hushindwa kupigana au wakaduwaa au kutenda mengineyo ya hatia kwa maisha yao, ndipo Waswahili wengi wakafunga masombo au kumbuu ili kuzuia matumbo tasicheze. Kwa hivyo, kweli Muyaka alikuwa akizungumza juu ya kimya cha kawaida au alikuwa na mengineyo kichwani mwake yaliyosababishwa na misukosuko ya maisha? Au pengine aliwatungia watu fulani kuwahadharisha juu ya mambo yajayo na kuwa wasihadaike na kimya au shuwari waliyokuwa nayo wakati huo alipowatungia mashairi haya. Kujua yaliyompelekea mtungaji kutunga mashairi ya aina hii si jambo la rahisi, ila mtungaji mwenyewe akueleze aliyoyakusudia au utungo huo uwe umetungwa

---

109 Nabhany, Nabhany, Mombasa, 1976

katika mazingira fulani na katika mazingira hayo, maudhui ya utungo huo yakawa ni wazi kabisa.

4.19 Tukimaliza juu ya mashairi

Tunaweza kumaliza maelezo yetu juu ya utendakazi wa mashairi kwa kukariri kuwa mambo yaliyotungiwa mashairi ni mengi sanasana, hata mtu hawezi kutoa mifano akaweza kufika mbali. Lakini tunaweza kuongeza na kusema kuwa sababu ya mashairi na nyimbo kuwa ni nyingi sana inatokana na matumizi ya bahari hizi. Nyimbo na mashairi hutumiwa katika kueleza, kuzungumza, kujadiliana, kuonyana na kadhalika, juu ya mambo yanayokhusu maisha ya watu. Tafauti kubwa ilioko baina ya matumizi ya wimbo na shairi, kama tulivyojadili, inatokana na *umuhimu* uliopewa jambo hilo na mtungaji. Mtungaji akihisi kuwa anayoyataka kuyazungumza ni mambo mazito au muhimu, basi aghlabu hutumia bahari ya ushairi. Ukiangalia mifano ya nyimbo na mashairi tuliyoitoa humu, hunabudi na kuuona ukweli wa haya ninenayo.

4.20 Zivindo

Tungo za zivindo zina tafauti ndogo sana na mashairi. Tafauti hiyo haitokani na hisabu za mizani wala mishororo, wala hazitokani na mipangiliyo ya vina. Tafauti inatokana na utendakazi wao. Zivindo ni tungo ambazo kazi yale ni kufunza lugha, aghlabu kwa kutoa maana mbalimbali ya neno moja au maneno yenye matamshi yaliyokurubiana sana. Ifuatayo ni mifano zaidi ya tungo za aina hiyo:

    Uzi mbwa mfuma*d*oti   au shuka ilo njema
    Uzi mbwa muwaya miti   ubao ama *t*aruma
    Uzi mbwa mwenye uwati   fahali matunga nyama
    Uzi mbwa muwaa huma   muwee wa kitandani

Tanga pasuwani tule   tanga musambe ni yungu
Tanga tandika tulale   yasiyatulu makungu
Tanga tweka uwe mbele   baharini uwe t'angu
Tanga t'aandika chungu   na tanga ilo mtini

Ziwa ni wivu ni witi   la ng'ombe au la mbuzi
Ziwa ni kuziwa oti   usingiliwe na mwizi
Ziwa au la t'iyati   la vua ilo gazazi
Ziwa ruka kwa uzi   basi kuna ziwa gani?[110]

Utungo kama wa Muyaka juu ya *kimya* hatuwezi kuutia katika kumbo hili kwa sababu utungo huo hauelezi maana tafauti za 'kimya,' bali zinatowa fikira na mawazo ya wakati wa kimya na kuhadharisha watu wasidanganyike na wakati huo. Tungo za aina hii hazitoi maana tafauti ya neno, bali zinaeleza juu ya neno hilo moja tu.

4.21 Tumbuizo

Utendakazi mkubwa wa tumbuizo ni kutoa ya ndani yalimkumba mtu kwa kuimba kwa sauti maalumu. Tumbuizo nyingi huwa ni juu ya mambo ya kusikitisha. Vilevile tumbuizo huimbwa sana katika kubembeleza mtoto mdogo au mchanga, khasa wakati wa kumlaza. Anatuongezea Sheikh Nabhany kwa kusema yafuatayo juu ya tumbuizo:

Bahari hii imechaguliwa na Waswahili kwa kutumbuizia, yaani kuimba kwa sauti laini na kuvuta pumzi kwa urefu, ili kuimba kwa sauti ambayo sikio la mtu yoyote, hata kama lugha haijui, ataona raha na kumlegeza na atajisikia anataka kulala kwa sauti hiyo. Unaweza kumtumbuiza mtoto akilia; kuwatumbuiza hayawani wakiwa malishoni; kutumbuiza mimea wakati wa kupalilia au kulima; wakati wa kupaza au kusaga mchele au mtama, na kadhalika.[111]

---

110 Ali Koti, Zena, Mombasa, 1966.
111 Nabhany, barua, 28 May, 1986.

4.21.1 Kiyakazi Sada

Mkondo wa utumbuizo wa Kiyakazi Sada sikuugundua kutumiwa ila na Fumo Liyongo katika utungo wake huo mmoja. Lakini hapana shaka kuwa mtu anaweza kuutumia mkondo huu kwa kutumbuizia pia, maana kuimbwa kwake hakuna tafauti na tumbuizo zozote.

4.22 Hamziya

Bahari ya hamziya haikutungiwa sana katika mila ya Kiswahili. Kama tulivyoeleza katika Mlango wa Pili, utungo wenyewe wa Hamziya uliotungwa na Sharif 'idarus bin 'uthman, ni utungo uliofasiri utungo wa Kiarabu uitwao Ummu al Qura wa al Buswary. Sababu ya kuutia katika kitabu hiki ni kuwa utungo wa Hamziya ni maarufu sana na unasomwa mara kwa mara. Tungo nyingi zilizofasiriwa kwa Kiswahili huweza kuingia katika kumbo hili la Hamziya.

4.23 Dura Mandhuma/Inkishafi

Utendakazi wa bahari ya Dura Mandhuma au Inkishafi uko wazi kabisa ukizisikiliza au ukizisoma tungo zilizotungwa kwa bahari hii. Ni dhahiri kuwa bahari hii hutumika katika mambo ya kidini. Kuusia, kuonya, kukataza madhambi, kufunza mwendo wa kidini na kadhalika.

4.24 Kawafi

Tukiangalia yaliyotungwa kwa bahari ya ukawafi, ni mara moja kugundua kuwa bahari hii imetumika sana katika kueleza hadithi za Mitume.

4.25 Wajiwaji

Tungo za wajiwaji kama inkishafi na kawafi pia ni tungo zinazokhusiana sana na mambo ya kidini – kuusia, kufunza mema, kumnyenyekea Mwenye enzi Mungu na kadhalika. Hutumika pia katika kumsifu mtu shujaa au bingwa.

4.26 Tiyani Fatiha

Bahari ya tiyani Fatiha ni bahari inayotumika katika kuomba dua kama ulivyo utungo wenyewe wa Tiyani Fatiha.

4.27 Wawe

Tungo za wawe huimbwa na Waswahili walioko sehemu za Lamu na Pate wakati wa makulima. Huimbwa tungo za wawe katika kusaidiana kukata mwitu, kufyeka, kuchoma magugu, kupanda na hadi kuvuna. Tungo za wawe ni tungo za kupeana nguvu na moyo kutenda kazi hizi kwa shirika. Bahari hii na ifuatayo ya kimai inahitajia utafiti wake zaidi na maelezo yake marefu yatakayotueleza kwa urefu zaidi juu ya aina tafauti, iwapo kuna aina mbalimbali, za tungo hizi. Kwa kusema kweli, wakati niliokuwa nao wa kufanya utafiti ulikuwa ni mfupi na haukuniruhusu kuchimbua mengi juu ya bahari hizi na utendakazi wao.

4.28 Kimai

Kimai, kama wawe, ina utendakazi wake maalumu, na utendakazi huu unahusika na mambo ya bahari. Wawe huimbwa pwani, khasa wakati mtu au watu wa mji fulani wanapopotea baharini na wakawa hawakuwasili kwao na muda wa kutarajiwa kwao kupita, basi jamaa zao na wenyeji wengine wa mji huteremka pwani kuimba tungo za kimai. Waswahili wengi walioko Kaskazini huamini kuwa aliyepotea baharini hurudi kwao akiimbiwa tungo za kimai.

4.29 Sama

Tungo zinazofuata sama au mahadhi maalumu si bahari maalumu. Wakati wowote panapotoka mahadhi mepya au mtungaji anapopendezwa na mahadhi fulani ya zamani huweza kutunga tungo zake kulingana na mahadhi hayo. Tungo hizi huweza kuwa juu ya chochote anachoona mtungaji kinasibu na mahadhi hayo.

4.30 Tukimaliza khabari za tungo

Bahari ya tumbuizo haitumiki sana pengine kwa sababu haifuati mizani maalumu ingawa kuwa mishororo yake inamalizika kwa vina. Kutunga kwa namna hii ya kuimba kwa kufuata pumzi na kumalizikia kwa kina pengine si utungaji wa rahisi. Pili, Waswahili hupendezwa sana na tungo zenye vina na mizani. Bahari ya inkishafi, kawafi, wajiwaji na tiyani Fatiha ni bahari zinazotumika katika kueleza mambo ya kidini, kwa hivyo ni bahari zenye mipaka maalumu; na katika hizi, tiyani Fatiha hutumiwa kwa nadra sana, na hamziya ndiyo zaidi. Wawe na kimai pia zina matumizi yake maalumu ambayo hayatokei kila siku, na nyingi katika tungo hizo ni za kimapokezi. Halikadhalika, utungaji wa sama, au kufuata mahadhi si utungo unaotungiwa sana, kwani mtungaji kusikia mahadhi mepya yatayompendeza, au kupata shauku ya kutunga asikiapo mahadhi ya zamani yenye kuhitajia hisabu maalumu za mizani si jambo linalotokea sana. Katika aina zote za bahari za tungo za Kiswahili, bahari zinazopendwa sana ni ya wimbo, shairi na utenzi, kwani ndizo zinazotumiwa zaidi na watungaji wa Kiswahili na ndizo bahari zilizokuwa hazikujifunga kama bahari nyingine katika matumizi yao.

4.31 Utendakazi wa mashaha na malenga

Mpaka hapa tumezungumza mambo machache yanayokhusu utendakazi wa tungo za Kiswahili kwa Waswahili wenyewe. Sehemu hii itakuwa na upungufu mkubwa iwapo hatutazungumzia, japo kwa muhtasari, utendakazi wa watungaji walio mahodari ambao hujulikana kwa heshima ya shaha au malenga. Lakini kabla hatujazungumza yanayowakhusu mabingwa hao, kwanza ni muhimu kuelewa tafauti zilizopo leo zinazowatafautisha watungaji. Wenye kutunga na wenye kujaribu kutunga tunaweza kuwagawa mafungu matano. Kwanza kuna watungaji ambao ni mahodari sana wa kutunga na hawa huwa hawahitajii muda katika kutunga kwao. Watungaji wa aina hii hutokea katika mahali pengi Uswahilini, khasa sehemu za Kaskazini kutoka kisiwa cha Pemba hadi katika mipaka ya Somalia. Tunaweza kusema pia kuwa watungaji kama hawa huwa si wengi, kwa idadi, katika wakati mmoja. Miongoni mwa watungaji wa aina hii waliopita zamani ni Ali Koti na Bakari Mwengo, wa Pate; Muyaka bin Haji, Suud Maamiry na Muhammad bin Ahmad al Mambassy, wa Mombasa; Ali bin Said bin Rashid Jahadhmy 'Kamange' na Sarhan bin Matar al Khudhury wa Pemba. Kuna na wengi wengineo ambao sikuwataja. Katika zama zetu za leo, nchini Kenya, baadhi ya wenye kusifika katika kuweza kutunga papo kwa papo na kwa ufundi mkubwa, na mara nyingi sana bila ya kushika kalamu na karatasi ni mashaha kama Bibi Rukiya Muhammad al Busaidy na mwanawe Zena Mahmud Fadhil al Bakary, Zaharia Maamun al Nabahany, Sheikh Abdalla ba Kathir 'Kadara' na Sheikh Ahmed Sheikh Nabhany wa Lamu; Sheikh Abdalla Said 'Kizere' na Ahmed Nassir bin Juma Bhalo wa Mvita. Kuna na wengine pia ambao sikuwataja na hapana shaka kuwa kuna na wengi ambao sikupata khabari za utungaji wao.

Watungaji wa aina ya pili ni mahodari sana wa kutunga tungo nzuri, lakini hawa aghlabu hawatungi ila 'ngomani,' yaani panapo, ama shauku, ama haja. Ingawa watungaji hawa hutunga tungo nzuri, lakini si wepesi sana kama wa kundi la awali, ingawa kuwa katika hawa kuna wengi wanaoweza kutunga kwa kichwa tu bila ya kalamu na karatasi panapo shauku au penye midundo au matokeo yanayowapandisha jazba.

Watungaji wa aina ya tatu ni wale ambao hutunga kwa nadra sana, lakini watungaji wa aina hii huwa wanahitajia muda katika kupanga fikira na mawazo yao na kufikiria namna ya kuyaeleza kwa tungo.

Katika kundi la nne, kuna **waandishi mamboleo**. Watu hawa huwa hawawezi kabisa 'kutunga' kwa kichwa, wala hawafuati midundo au mahadhi katika kutunga kwao. Utaona uandishi wao ni wa kalamu na karatasi. Kwanza huandika vina katika karatasi kabla hawajajua kile watakacho kukieleza. Kule kupanga vina na kuhisabu mizani kumekuwa ndio utungaji wao. Ukiyaangalia maandishi yao, mara nyingi, huwezi kuelewa mwandishi anajaribu kukueleza nini; kwani wao wenyewe hawajui wanachokitaka kukieleza. Wala kwao si muhimu maana za maneno na uelezaji wa mawazo na fikira. Muhimu ni vina na mizani. Kwa ukosefu wa bahati, maandishi ya aina hii huonekana sana katika magazeti yetu ya leo. Mashirika ya uchapishaji wa magazeti yamekuwa na njaa kubwa sana ya kutaka kila siku au kila juma wachapishe kurasa nzimanzima za tungo na hakuna watungaji wengi waliokuwa mahodari katika Afrika ya Mashariki, ambao wako tayari kuwapelekea wachapishaji tungo zao kila siku, ndipo wachapishaji wakawa wanakusanya masiki, magugu na makarara, mradi wajaze kurasa za magazeti yao. Maandishi ya aina hii tuliyoitaja hapa hatuwezi kuyaita *tungo* yakawa na vina na mizani; wala waandishi wenye kuandika hivyo hatuwezi kuwaita watungaji.

vikuu katika Afrika ya Mashariki na huko kufunzwa mitindo ya Kizungu isiyozingatia utaratibu wa lugha ya Kiswahili wala mila yake iliyopelekea kutungwa kwa aina fulani yenye mizizi yendayo nyuma karne na karne. Wengi ya waandishi hawa wenyewe si Waswahili na, muhimu zaidi, kama alivyokuwa akikariri marehemu Shihabuddin Chiraghdin, waandishi hao hawaielewi lugha ya Kiswahili vizuri. Jamaa zetu hawa hutuandikia maneno kwa mpango wa *"free verse"* kama waitavyo Waingereza. Tutazungumza zaidi khabari za waandishi hawa katika Mlango wa Sita. Wataalamu hawa hutegemea sana khabari wanazozisoma kukhusu tungo za Kiswahili kutokana na maandishi ya Wazungu ambao, kwa kusema kweli, wengi wao hawakuelewa mila wala lugha ya Kiswahili sawasawa. Katika Mlango wa Tano tutatoa mifano michache ya upungufu katika utafiti wa hao Wazungu wanaotegemewa na kufuatwa. Lakini, inafaa tueleze hapa, ingawa kwa muhtasari, kuwa inamkini sana mtu kutunga na tungo zikawa hazina vina wala mizani na zikakubaliwa kuwa ni tungo, kwa ajili ya uzito wa fikira na utamu wake wa lugha. Mipaka ya tungo za Kiswahili haikutiwa senyenge, wala utamu wa lugha haukuzungushiwa kuta za ngome. Hata senyenge huweza kukatiliwa mbali na kuta kubomolewa pakiwa na haja. Lakini, kwa kusema kweli, mpaka sasa sijapambana na maandishi yaliyoandikwa karibuni kwa Kiswahili yasiyokuwa na vina na mizani, yakanivutia na kusema "kweli hizi ni tungo."

Tukirudi nyuma na kueleza utendakazi wa mashaha na malenga, tunaweza kuanza kwa kuuliza suali: Vipi, baina ya Waswahili, panapo watungaji wengi sana, baadhi yao huvuliwa katika nyoyo za watu na kupewa heshima ya ushaha au umalenga? Kwanza tunaweza kujadili kuwa watungaji wa aina hii huwa wanautumikia umma wao kwa namna nyingi sana ambazo bado hazijaangaliwa kwa mapana na marefu yake. Tukiangalia tarekhe ya Waswahili tunagundua kuwa mara kwa mara mashaha huwa ndio sauti za watu wao katika wakati wa mititigo. Ushahidi wa haya tumekwisha kuutoa katika mlango huu. Pili, watungaji wa aina hii huwa siku zote wanatunga mambo yanayokhusu umma wao khasa katika mambo ya kupumbazana, kufurahishana, kuusiana, kukanyana, kutukanana na mengi mengineyo ambayo yanahitajia utafiti wake mbali. Baadhi ya haya tumekwisha kuyatolea mifano pia. Lakini hapa nitatoa mifano michache ya utendakazi wa mtungaji aliye shaha wa kweli katika maisha ya Waswahili.

Miongoni mwa watungaji mahodari sana katika zama zetu hizi kwa upande wa wanawake ni Bibi Zena Mahmud Fadhil na kwa upande wa wanaume ni Sheikh Ahmed Nabhany. Nikisema haya, sikusudii kuzungumzia uzito wa tungo wanazozitunga wao wala wengineo. Uhodari ninaouzungumza hapa ni kule kuweza kutunga kwa upesi sana na kuwa Nabhany na Bibi Zena wanawatumikia sana watu wao katika kuwatungia tungo za kila aina. Katika utafiti wangu nilioufanya 1983/4 niliweka daftari la kuandika mambo yanayompelekea Nabhany kutunga tungo zake. Nikamuomba aniwekee nakala ya kila alichokitunga katika mwezi mmoja na anieleze sababu za kutunga ili niziandike. Kabla ya juma moja kumalizika, daftari moja lilijaa kwa maelezo na tungo. Nilipoziangalia tungo hizi, niligundua kuwa nyingi amewatungia watu. Katika kufuatana naye niligundua kuwa haupiti muda mrefu Nabhany asisimamishwe na mtu na kuombwa amtungie juu ya jambo fulani linalomuathiri mtu huyo au kuwa anahitajia kumweleza mwenziwe au mpenzi wake jambo fulani kwa utungo. Mara nyingi Nabhany hukidhi haja zao. Anapokuwa na wasaa huvuta kalamu na kumuandikia mwenye haja beti za tungo papo hapo na kumpa ende nazo. Kule kushika kalamu na karatasi ni njia ya kumpa muhitaji awe nazo tungo. Mara nyingine humwambia huyo muhitaji aandike atakayomtungia papo hapo. Mara nyingine anapokuwa hana wasaa, basi humwambia amtume mtoto saa kadhaa aje kuzitwaa tungo nyumbani kwake. Wanaomwendea nyumbani kwake kutaka kutungiwa katika kila juma pia si wachache. Tungo hizi ni mbali na zile anazojitungia mwenyewe na zile anazojibizana na swahibu zake. Kwa ufupi basi, Waswahili humpa mtu heshima ya ushaha iwapo mtu huyo kweli ni mtungaji hodari, tena mwepesi wa kutunga na zaidi ya haya kuwa anautumikia umma wake kwa namna nyingi sana.

Tutayafunga maneno yetu hapa kwa kusema kuwa katika mila ya Waswahili utungaji wa tungo una mizizi yake yendayo nyuma alaqali kuanzia karne ya 17. Tungo za Kiswahili ni lugha muhimu sana katika kueleza hisi za Waswahili wenyewe na zimefungamana pakubwa na maisha ya watu wake.

MSAMIATI

Ingawa msamiati huu ufuatao ni mfupi, lakini kwa washabiki wa tungo wenye kuelewa Kiswahili vizuri na wana uzoefu wa kiasi wa kusikiliza na kusoma tungo natumai unatosha. Watungaji mara nyingi hutumia maneno kwa maana zisizokuwa za kawada. Kwa hivyo kuandika msamiati kwa mpango wa a, b, c peke huenda ukawa haumsaidii mwanafunzi. Katika kuuandika msamiati huu nimeona ni bora zaidi kueleza maana za maneno kwa mujibu walivyoyatumia watungaji katika tungo zao; kwa hivyo, maneno magumu ya kila utungo nimeyapiga fungu lake mbali. Kila fungu linafuata mlolongo wa tungo kama ulivyochapwa katika kitabu. Lakini iwapo kuna ubeti wa utungo ambao utungo wenyewe umechapwa baadaye kwa urefu, basi utaona nimeandika maneno haya: "Angalia mbele zaidi…" yaani katika kurasa zifuatazo utakuta msamiati wa utungo huo. Kila kifungu nimekipa jina la maneno ya kiwango cha kwanza cha mshororo wa kwanza wa utungo wenyewe. Ili kuzidi kumwezesha msomaji kuona kwa upesi neno alitakalo, nimegawa msamiati kwa milango ya kitabu pia. Halikadhalika, kuna maneno yaliyoelezwa zaidi ya mara moja; hii ni kwa sababu maneno hayo yametumiwa kwa maana mbalimbali katika beti na pia tungo mbalimbali, au kwa sababu ya kutotaka kumsumbua mwanafunzi kurudi nyuma ili kulitafuta wapi alipoliona neno hilo awali. Kuna tungo ambazo nimezikiuka, sikuziandikia msamiati. Hii ni kwa sababu tungo hazihitajii orodha ya manenu magumu ili kuzifahamu.

Mlango wa kwanza

Katika maneno yangu
bingwa: hodari; mjuzi; profesa.
kilimbo: kifaa cha kunasia maneno; tepu.
ndaki: chuo kikuu.

Kilichoundwa kwa kamba
sambamba: shehena; tele; kitobi; kitobi fundo majini. Maana ya kidasturi ni: ubavu kwa ubavu.

Mlango wa pili

Andika mwandishi
irabu: vokali; vaweli.
isimu: jina.
lahini: tia au toa mtu makosa.
Mola: Mungu
Kukupenda nana
ashiki: muhibu; penda kama nipendavyo mimi.
muhibana: muhibu; mpenzi.
nana: bibi; mbeja.
nyonda: mpenzi, muhibu. shani: wasaa; mpenzi.
sonona: sononeka; taabika.

Yambo iwi yeo pako
Angalia mbele zaidi katika Mlango wa Nne.

Ewe shekhe ndugu yangu
ikawi: ni kawi: ni iwi; ni ovu.
ngowa: ngoa, wivu.
wawi: waovu.

Paa
mpadhi: mwenye kupaa (kwenda juu).
nimeiteuwa: nimeichagua.
nshindo: mshindo.
usochuwa: usiotua.
vumbacha: vumbata; ezeka.

MSAMIATI

Pijiyani mbasi
Angalia mbele zaidi katika Mlango wa Nne.

Bwana wendee Yungwa
chango: msumari; kibao cha kutundikia vitu.
dhake: zake.
dhili: (aina ya) vitanda vidogo.
hanchendi: hamtendi; hamfanyi.
ila ikithiri uchi wa maungo: lakini msinge uti wa maungo zaidi.
jongo: kombo.
kama: ukama; kidani.
kitoka: teso, tezo; kishoka kidogo hutumika kukatia miti, huweza kutumika kama silaha.
k'iuza: nikiuliza.
koleya: kuchuma; kuvuna.
k'ondo (wigi wa): mkondo.
kungu: aina ya tunda.
kunyowa: kukanda; kunyosha.
kurawiya: kutoa; kueneza.
kusi: kofi.
majongo: potoka.
malili: vitanda vikubwa vya kusuka.
mashungwa: machungwa.
matadha: mataza; uji.
mekoni: jikoni.
mawambo: usutu (wa kitanda) uliowambiwa kitanda.
mvuli: mume.
mvungu: chombo au ala ya kubebea mishale.
nat'i: nchi; chini; ardhi.
nine: ni siku yane.
nke: mke.
pachiani: nipatieni.
uongo: udongo.

shungurere: tambi la kuvaa mabegani.
yembe: jembe.
ucha: uta, upinde.
uchi: uti (wa mgongo).
uchudo: ulichokivuna shambani mwako.
upeto: kidani kirefu.
usingiwe: usingwe; ukandwe.
yeo: leo.
zingaja: pambo wanalovaa wanawake mikonomi kama bangili.

Kiyakazi Sada

isonemuka: isiyopeta, isiyoniganduka.
ninyepee: niandame; niotee kwa nia ya kuwinda.
nit'at'ate: niparage; niparamie.
ondoni: pige magoti.
pano: hapo; wakati huo.
siyalemuka: sijaerevuka.
yakiukukuka: yakibomoka.

Wamtozele maka

kaabuti: buibui (mdudu).
Musitwafa: Mtume.

Dunia ni jifa

hutukizwaye: hutukizwa vipi.
jifa: mfu, hayawani aliyekufa.
kilabu: mbwa.
labibu: mwerevu, hodari.
mavu: maovu.
ngea: matusi, matukano.
siikurubu: usilikurubie.

Andika mwandishi
 bi jahi Rasuli: kwa utukufu wa Mtume.
 bushura ya Pepo: kupatikanwa kwa Pepo.
 kulibutadi: kulianza.
 tufidi: tufaidike.
 tutahimidi: tutatukuza; tutasifu.

Nanda kubaini
 ali: watukufu; ahali.
 Jalali: Mungu.
 kiirasimu: nikiitaja wazi kama kuchora.
 lisani: ulimi.
 Maswahaba: Waislamu walioishi pamoja na Mtume.
 pamwe: pamoja.

Nanda kubutadi
 alize: jamaa zake.
 miradi: mradi; ninayotaka.
 thama: baadaye.
 waja: viumbe; watu.
 waketele: wenye ari.
 wateule: waliochaguliwa.

Bisimililahi
 dhuria: watoto wao watakaozaliwa baadaye.
 kiratili: kiisoma.
 moliwa zema: mja wa mema.
 pulika: sikilizeni. utaghafalie: umeghafilika.

Tiyani Fatiha
 maa swabirina: pamoja na wenye subira.
 mursalina: mitume.

swahiha: hakika.
tubu alayna: tusamehe (Mungu).

Bismilahi chwambe
nilikuuk'aye: nilikurukaje.
tawau: kima; tumbili; yonda.
uwaenge: uangalie.

Mwana wa mai na kale
iwee: titi; ziwa.
kufa mayi: kufa maji; kuzama.
mfuvi: mvuvi.
muuyeni: upwa.
nimekufa kwa kuwama: nimelala kifudifudi, (yaani, nimekufa na sitara).

Mlango wa tatu

Kimya kina mshindo mkuu
kumbuu: mkajo; kitambi.
wavyele: wazee.

Negema wangu binti
asa: asaa; pengine.
hadisi: hadithi.
ndoo: njoo.
n'na: nina.
sanati: miaka; umri.
ujilisi: ukae; uketi.
upulike: usikilize.
wasiati: wasia wangu.
zingatiya: fikiri tena.

Nenda kwa buswara
    sitaakhari: usichelewe.

Na hilo uyuwe
    faswila: kueleza kwa urefu.
    fitanipaliya: kitanisakama kooni kinitoke kwa puani.
    khasa: hasa.
    matilaba: matakwa.
    muhula: wakati; mwiya.
    sindiya: sinzia.
    sute: sote.
    swifa: sifa.
    taamali: tunda; fikiri; fahamu.
    t'amasha: tangamano la furaha; jambo la kufurahisha.
    tambuu: uraibu wa kutafuna.
    t'iyati: ardhi.
    tundani: tazameni kwa makini.
    t'unu: kitu kisichopatikana kila wakati.
    uk'etiziye: amekaa.

Basi waeleze
    fasili: waziwazi.

Mlango wa nne
    Pijiyani mbasi
    ahadharu: kijani.
    ahali: jamaa.
    ahamaru: nyekundu.
    avikapo: atazamapo.
    huteta harufu: huleta harufu, ina harufu nzuri kwa wingi.
    jamusi: nyati; mbogo.
    k'ono: vitandu mwanzo kuota koshi: kiyatu cha kuvika.
    lamshe: liamshe.

mafuta ya kwenga: mafuta yapatikanayo kwa kuchemsha.
mbasi: rafiki; mjuzi(?) miyomo: midomo.
mkadi: mkadi; zao la mkadi linalonukia vizuri.
muyinga: mjinga mwangi: ngoma.
nduza: ndugu zangu.
ndiya ya masito: njiya isiyokuwa ya kufuza, mtu huenda akapoteya.
nganganganga: haraka na tayari.
Nt'a: ncha. nyee: nywele.
nyire: ndefu.
nyoshi (wingi wa): moshi.
piyavu: kama pia (yenye kuzunguka duwara).
p'uwaye: pua yake.
safina: jahazi; sambo; mashua.
taole: tao lake.
t'awakifu: nitawakifu; inatosheleza.
tuswanifu: tupange; tubuni.
wambe: uambe; utumie ngozi kutengeneza ngoma.
yumba: harufu.
wakeleti: wakaazi; wenyeji.
wavuli: waume.
yanga: mwanamke mzuri.
vumbe: ikulu; jumba la serikali au ufalme.
zandaze: vyanda vyake; vidole vake.

Mambo nimeyatafiti
hogo: shina; sehemu ya mti baina ya mizizi na matawi au makuti.
katiti: kidogo; chache.
lifu: sehemu ya mnazi inayotumiwa kama kichujio.
tepe: karara; kwakwa.
thamarati: matunda.
zigogo: vigogo.

MSAMIATI

Uli mzabibu

zembetwe na chaka: zimezungukwa na kichaka.

Kitobi fundo maini

amepijwa farakeni: amepigwa dharubu, mfano kwa upanga au shoka, na kupasuliwa vipande viwili.

kitobi fundo maini: pakia shehena chombo cha kusafiria majini.

zitoka: vishoka.

meyewa: amelelewa.

tini ya tuka: chini ya kichaka.

Yana

mberemende: jina la aina moja ya mbazi.

mpwera: mpera.

qiswa: kisa.

zembe: vyembe.

Moyo wata kudangana

kusalitika: kupenda.

kutuwa: kutua; kupumzika.

madhila: shida uzipatazo kwa mtu mwingine.

mbwa: ni wa.

nyani: ni nani; nani.

shajarati zakumi: mimea yenye majani ya miba.

usapo: wishapo; unapokwisha.

Asharati li ashara

asaa ya kunu kheri: natumai mambo yakawa mazuri.

asharati li ashara: kumi kwa kumi; nitaeleza mambo kumi.

hachi: hawachi. kutinda: kuchinja.

latanda mtu mpiya: ni juu ya mtu mpya.
nyembe: vijembe; maneno yenye kuumiza hisi za mtu.
swadiri: moyo; roho, kifua.
tahayuri: tahayari; haya.

Zizi na Asha Hamadi

ambe: aseme.
duni: kidogo; cha kudharauliwa.
ayao: ajao; anayekuja.
hirimu: walio rika moja; wenzetu.
kipilipili: kwa ushujaa na ukali.
kuuza: kuuliza.
midi: piki za kufungia milango.
Mgwampidukiza: Mungu amrudi.
Mreo: Lamu; Amu; Kiwandeo.
miomo: midomo.
siwa: baragumu linalotengenezwa kwa pembe ya ndovu au shaba.
t'ak'anani: takaneni.
tusiyakhini: tusiyazuwiye; tusiyafanziye choyo.
wakhubirini: waambiyeni.

Atilia zibodoo

biladi: nchi yangu. mbeja: bibi; mwanamke. shutuma: tuhuma.

Risala wa K'ongoweya

fa kam: mangapi.
halele: halalii.
hawakukumbile: hawakukumbi.
hawalimshile: hawajaerevuka.

kafikilile: kafikilie.
mare: marefu.
mtule: mtu ovyo.
musiliwale: musilisahau.
mwalipi: mlikuwa wapi.
siwache: usiwaogope.
ufao: ufaao; unaofaa.
ukumbizani: ukumbini.

Simba kiwa mawindoni

asiziole: asizione.
hatuituki: hatushituki; hatuiogopi.
jisadi: miili; wingi wa mwili.
kiwa: akiwa.

Karatasi ya Kishamu

kathiri: nyingi.
sikiliya: fika.
tasit'asi: kwa wingi
zikameta: zikameremeta

Yambo iwi yeo pako

aruba: sehemu nne.
awanyani: gawanyani, gawaneni.
cheche: tete, tunu, bora, makindo mtana wa kwanza.
hiyau: hivyo, kama nilivyoagiza.
hububu: kidogo sana.
iwi: ovu.
kela: aina ya kipimo kilichokuwa kikitumika zamani.

mfugo: mpango.
momo: humo.
muiwanyeto: muigawe.
nchu: mtu.
muikasimu: muigawe.
pataniya wasilepe: wapate wasirukwe; wasipunjwe.
ndhigo: mzigo.
sipiche: usipite.
ukawalimbushe: ukawape kitu katika mavuno ya kwanza waonje, ukawatamanishe.
taeni: mbili.
ukuche: ushibe.
wadhunguwe: wazungue.
wenyeji mbeko: walio mbele, walio wakubwa.
yambo: jambo.
zithimani: visimani.

Licha kuwa langishiwe

halichwi: haliitwi. ina: jina.
kumunika: kufichika.
langishiwe: liko juu.
pasina: bila ya.
shahaswi: chombo cha dhahabu au fedha wavaacho wanawake.
ufawe: ufa wake.
ukadhihiri: ukaonekana wazi.
ukipowa: ukipewa.

Mpandapanda makuu

adhiete: ameziwacha.

MSAMIATI

atamalaki: alimiliki, yalikuwa mali yake.

bamkuu muwanga: mkubwa wa jeshi(?); jina la mahali maalumu Pate.

dau: mashua ndogo.

hachui: hatui.

likamtekeleze: likamtokomeze; likamtupe.

marika: kiasi (chake), umri wake.

mpandapanda makuu: mpenda mambo makubwa.

shikio: mkono au usukani wachombo cha kusafiria majini.

zisite: mashamba.

Risala wa Zinjibari

dhili: idhilali.

Ghafari: Mungu.

hayasii: hayamaliziki.

hububu: kidogo sana kichache

maswaibu: maradhi; shida; mashaka.

k'ani: chuki; kakamia.

Lingasitawi: jina la Jahazi walosafiria Muhammad Mataka na wenziwe kwenda Unguja.

lubu libabu: wana watukufu.

mayutoye: majuto yake.

muole: muone.

muinika: tazama, tunda, zingatia.

pataniya: wapate.

qadha: yaliyojaaliwa na Mungu.

suri: ala (mfano wa mkasi) ya kukatia poopoo.

tijara: faida.

vuani mato: funguweni macho; tazameni.

wasilepe: wasirukwe; wasinyimwe.

Karatasi ya Hijazi

lutufu: upole, hishima.
masikizi: masikio.
mnyoa moo: mnyosha miguu; mwenye kusalimu amri.
mwendani: rafiki; swahibu.
siambilepo: simwambii; sisemi.
sitendilepo: simtendei; simfanyii.
unashiza: kukhalifu amri ya mume.
wamame: akina mama.
Yambwayo: yasemwayo.

Karatasi ya kimaka

akikutubiwa: akiandikiwa na Mngu; ukijaaliwa.
huja: kasoro; mambo yasiyokuwa mema.
koko: huko; hukohuko.
kupambanuka: kuelewa; kufahamu.
mwendaka: mwendani; rafiki.
nimeziye: nimekwisha.
nyaka: miaka.
nyengwangu: myepesi.
qadimu: zamani.
ludo, tweka: mzigo.
yapulike: yasikilize.

Ujile tumishi wangu

ayali: watu wenye kutegemea; watoto.
bangu: vita.
naswabu: ukoo.

kiuowa: kiuzingatiya

kufu: aliye sawasawa na mtu.

kuteta: kugombana.

kuyeya: kulea.

mwiya: wakati.

mvuli: mume.

mzaliwa: mume; aliyezaliwa watoto na mama.

sayo: hiyo; hizo.

tuzeene: tumezaa pamoja.

utengele: amejitenga.

zijopo: tengo; kikundi.

Ya Rabi ya Rahamani

quwa: uwezo; nguvu.

kuatama: kufungua kinywa; kusema.

dhuli: idhilali; madhila.

seli: mvua yenye kushuka kwa wingi; mvua tasitasi.

ntwe: jambo la madhara ya daima.

Risala wa Swahilini

Yaqini: yakini; hakika.

Ukwasi: utajiri.

Risala wa Swahilini

akitapasa: akisema mbio; akicharaza maneno.

akitwambisa: akitugandisha; akitubandika.

emani: demani.

hawayatasa: hawajesha.

kimondo: roketi.

kimwat'uwe: kimpasuwe; kimkate.
kit'atange: mwenye kuwatia wenziwe mtegoni.
kutongoleza: kuchochea; kutia fitina; chonza.
kutututuza: kutustihizai; kutucheza shere.
metuk'usisha: ametukutisha; patisha.
mwiwa: mwiba.
taraghani: kiburi kupita kiburi.
t'asi: chafi, jina la samaki; (mwenye kutiwa mtegoni).
t'ota: chochea; chuki; fitina.
tewengo: kero.
wandi: usabasi, sema kwa ubaya.
utemeleki; amemiliki; amewamiliki; anao mikononi.
utotoshi: uchokozi.

Tumishi mwenye adabu

kite: uchungu wa mzazi anapozaa.
vuguto: joto la mahali penye moto; joto la tanuri au jiko.

MAPITIO YA YALIYOCHAPWA

Abdulaziz, Mohamed H., *Muyaka*, Kenya Literature Bureau, Nairobi, 1979.

Abedi, Kaluta Amri *Sheria Zza Kutunga Mashairi na Diwani ya Amri*, East African Literature Bureau, Dar es Salaam, 1965.

Al-Batawy, Mwana Kupona binti Msham, Nabhany, mhariri, Ahmed Sheikh, *Utendi wa Mwana Kupona*, Heinamann, Nairobi, 1972.

--- "Utangulizi," *Utenzi wa Fumo Liyongo* wa Muhammad Kijumwa, Abdilatif Abdalla mhariri, Chuo Cha Uchunguzi wa Lugha a Kiswahili, Dar es Salaam, 1973.

Chittick, Neville, "The Coast Before the Arrival of the Portuguese," *Zamani*, Ogot B. A. and Kieran J. A., East African Publishing House, Nairobi, 1969.

Davidson, Basil, *A History of East and Central Africa*, Doubleday & Co., New York, 1969.

Eastman, Carol M., "Who are the Waswahili?" *Africa*, London, vol. XLI, no 3, July 1971, ku. 228-36.

Freeman-Granville, G.S.P., *The East African Coast*, Oxford, London, 1966.

Hichens, W., *Diwani ya Muyaka bin Haji Al-Ghassaniy*, University of the Witwatersrand, Johannesburg, 1940.

Horton, Mark, "The Swahili Corridor," *Scientific America,* tol. 257, September 1987.

Nabhany, Ahmed Sheikh na Shariff, Ibrahim Noor, *Umbuji wa Kiwandeo*, East African Publishing House, Nairobi.

Robert, Shaaban, "Hotuba juu ya Ushairi," Harries Lyndon, *Swahili Poetry*, Oxford, London, 1962, ku. 272-84.

Whiteley, W., *The Dialects and Verse of Pemba*, East African Swahili Committee, Kampala, 1958.

www.ingramcontent.com/pod-product-compliance
Lightning Source LLC
Chambersburg PA
CBHW030435010526
44118CB00011B/644